அருமை மகளுக்குச் சொன்ன கதைகள்

திமீத்ரி மாமின் & சிபிரியாக்

மொழிபெயர்ப்பாளர்
பூ. சோமசுந்தரம்

பாணன் பதிப்பகம்

எண் : 32/B, குமரபுரி காலனி 3வது குறுக்குத் தெரு,
பாரதி புரம், தருமபுரி, - 636 705.
தொலைபேசி எண் : 99628 44457.
Email: paananpathipagam@gamil.com

அருமை மகளுக்குச் சொன்ன கதைகள்

திமீத்ரி மாமின் & சிபிரியாக்

தமிழில்: பூ. சோமசுந்தரம்

பதிப்பு ஆண்டு: நவம்பர், 2022

தாள்: என். எஸ். புக் பிரிண்ட்

நூல் அளவு: 1/8 டெம்மி

எழுத்து அளவு: 12 புள்ளி

பக்கங்கள்: 90

நூல்வடிவமைப்பு

பாணன் பதிப்பகம்
தருமபுரி

வகை: சிறார் கதைகள்

Arumai Magalukku Chonna kadhaigal

Thimithry maamin & shipiriyak

Translation: Pu. Somasundaram

Year of Edition: November, 2022

Paper: N.S. Book Print

Book Size: 1/8 Demy

Font Size: 12 points

Pages: 90

Design by:

Paanan Pathipagam
Dharmapuri

Subject: Childrens Stories

விலை: 100/-

வெளியீடு: PP : 3

ISBN: 978-81-960529-0-4

பாணன் பதிப்பகம்

எண் : 32/B, குமரபுரி காலனி 3வது குறுக்குத் தெரு,
பாரதி புரம், தருமபுரி, - 636 705.
தொலைபேசி எண் : 99628 44457.
Email: paananpathipagam@gamil.com

தி. ந. மாமின் & சிபிரியாக்
"அருமை மகளுக்குச் சொன்ன கதைகள்"

வெளியே இருட்டு. வெண்பனி பெய்து கொண்டிருக்கிறது. அது சன்னல் கண்ணாடிகளின் மேல் படிந்து உறைந்திருக்கிறது. சிறுமி அலியோனுஷ்கா கட்டிலில் பந்தாய்ச் சுருண்டு படுத்திருக்கிறாள். அப்பா கதை சொல்லும் வரை தூங்குவதாகவே இல்லை அவள்.

அலியோனுஷ்காவின் தகப்பனார் திமீத்ரி நர்கீசொவிச் மாமின்–சிபிரியாக் எழுத்தாளர். மேசையின் பக்கத்தில் உட்கார்ந்து ஏதோ எழுதிக் கொண்டிருக்கிறார் அவர். கொஞ்ச நேரத்தில் அவர் எழுந்து, அலியோனுஷ்காவின் கட்டிலை நெருங்கி, மெத்தை வைத்த நாற்காலியில் உட்கார்ந்து கதை சொல்லத் தொடங்குகிறார்... மகள் கவனமாகக் கேட்கிறாள். தானே எல்லாப் பறவைகளையும் விடப் புத்திசாலி என்று எண்ணிக்கொண்ட அசட்டு வான்கோழியின் கதை, பிறந்த நாள் கொண்டாட்டத்துக்கு வந்த விளையாட்டுச் சாமான்களின் கதை என்று எத்தனையோ அருமையான கதைகள். ஒன்றைவிட ஒன்று சுவாரசியமானது. ஆனால் சிறுமியின் ஒரு கண் அதற்குள் தூங்கிவிடுகிறது.... தூங்கு, அலியோனுஷ்கா, தூங்கு, அழகு ராணி.

கையைத் தலைக்கு அடியில் வைத்துக்கொண்டு தூங்குகிறாள் அலியோனுஷ்கா. வெளியிலோ, வெண்பனி பெய்துகொண்டேயிருக்கிறது...

தகப்பனாரும் பெண்ணும் நீண்ட பனிக்கால இரவுகளை இந்த மாதிரிக் கழித்தார்கள். குழந்தைப் பருவத்திலேயே தாயாரை இழந்துவிட்ட அலியோனுஷ்கா தாய் இல்லாமல் வளர்ந்துவந்தாள். தகப்பனார் அருமை மகள் மேல் உயிரையே வைத்திருந்தார். அவள் நன்றாக வாழ்வதற்கு வேண்டிய எல்லாவற்றையும் அவர் செய்துவந்தார்.

தூங்கிக்கொண்டிருந்த மகளைப் பார்வையிட்ட தகப்பனாருக்குத் தம்முடைய குழந்தைப் பருவம் நினைவுக்கு வந்தது. உரால் பிரதேசத்தில் சிறிய தொழிற்சாலைக் குடியிருப்பில் கழிந்தது அவருடைய பிள்ளைப் பருவம். மாமின்–சிபிரியாக் வெகு காலத்துக்கு முன்னால், 1852ம் ஆண்டில் பிறந்தார். அந்தக் காலத்தில் பண்ணையடிமைத் தொழிலாளர்கள் தொழிற்சாலையில் வேலை செய்து வந்தார்கள். அதிகாலை முதல் முன் இரவு வரையில் வேலை செய்தபோதிலும் அவர்கள் வறுமையில் வாடினார்கள். அவர்களுடைய பண்ணை நிலப்பிரபுக்களும் முதலாளிகளுமே, ஆடம்பரமாக வாழ்ந்துவந்தார்கள். தொழிலாளர்கள் அதிகாலையில் தொழிற்சாலைக்குப் போகும்போது முக்குதிரை வண்டிகள் அவர்களைக் கடந்து போயின. இரவு முழுவதும் நடனம் ஆடிக் களித்துக் கொண்டிருந்துவிட்டு அப்போதுதான் வீடுகளுக்குத் திரும்பிய பணக்காரர்களின் வண்டிகள் அவை.

திமீத்ரி மாமின்–சிபிரியாக் ஏழைக் குடும்பம் ஒன்றில் வளர்ந்தார். வீட்டில் ஒவ்வொரு காசையும் கணக்கிடுவது அவசியமாய் இருந்தது. ஆனாலும் அவருடைய பெற்றோர் தாராள மனமும் கஷ்டப்படுபவர்களுக்கு உதவும் பண்பும் உள்ளவர்கள். ஆகையால் ஆட்கள் அவர்கள் வீட்டுக்கு வந்த வண்ணமாய் இருந்தார்கள். தொழிற்சாலைத் தொழிலாளர்கள் வந்தபோது சிறுவர் திமீத்ரிக்கு மகிழ்ச்சி உண்டாகும். அவர்களுக்கு எத்தனை எத்தனையோ கதைகள் தெரிந்திருந்தன. மர்ஸாக் என்னும் துணிவுள்ள கொள்ளைக்காரனைப் பற்றிய செவிவழிக் கதைகள் சிறுவன் திமீத்ரியின் நினைவில் பதிந்துவிட்டன. மர்ஸாக் உரால் காட்டில் பல ஆண்டுகள் ஒளிந்து வாழ்ந்துவந்தான். பணக்காரர்களைத் தாக்கி, அவர்களுடைய உடைமைகளைப் பறித்து ஏழைகளுக்குப் பகிர்ந்து கொடுப்பது அவனுடைய வழக்கம். ஜாரின் காவல்துறையால் அவனைப் பிடிக்கவே முடியவில்லை. அவனைப் பற்றிய கதைகளின் ஒவ்வொரு சொல்லையும் சிறுவன் திமீத்ரி ஆவலுடன் கேட்டான். மர்ஸாக் போலவே துணிவும் நீதியும் உள்ளவனாகத் தானும் விளங்க வேண்டும் என்று அவனுக்கு விருப்பம் உண்டாயிற்று.

ஒரு காலத்தில் மர்ஸாக் மறைந்து இருந்ததாகச் சொல்லப்பட்ட அடர்ந்த காடு திமீத்ரியுடைய வீட்டிலிருந்து சில நிமிட நடைத் தொலைவில் தொடங்கிற்று. அதன் மரக்கிளைகளில் அணில்கள் தாவிக் குதித்தன. திறப்பு வெளியில் முயல்கள் இருந்தன. காட்டின் அடர்ந்த உள் பகுதியில் கரடியைக் கூடக் காணமுடிந்தது.

வருங்கால எழுத்தாளர் திமீத்ரி எல்லாப் பாதைகளையும் ஆராய்ந்தார். சுசவாயா என்னும் ஆற்றின் கரைகளில் அவர் சுற்றித் திரிந்தார். பிர் மரங்களும் பிர்ச் மரங்களும் அடர்ந்த மலைத் தொடரைப் பார்த்துப் பார்த்து மகிழ்ந்தார். இந்த மலைகளுக்கு முடிவே இல்லை. அதனால்தான் "விடுதலையையும் எல்லை இல்லாத வெளியையும் பற்றிய எண்ணம்" அவருடைய மனதில் இயற்கையுடன் நிரந்தரமாக இணைந்துவிட்டது.

புத்தகங்களின் மேல் சிறுவர் திமீத்ரிக்குப் பற்று ஏற்படுத்தினார்கள் பெற்றோர். புஷ்கின், கோகல், துர்கேனிவ், நெக்ராசவ் முதலிய ருஷ்ய ஆசிரியர்களின் நூல்களை அவர் ஆழ்ந்து படித்தார். இலக்கியத்தில் ஆர்வம் அவருக்குச் சிறு வயதிலேயே ஏற்பட்டுவிட்டது. பதினாறாம் வயதில் அவர் நாட்குறிப்பு எழுதத் தொடங்கினார்.

ஆண்டுகள் கழிந்தன. உரால் பிரதேச வாழ்க்கையைச் சித்திரித்த முதல் எழுத்தாளராக மலர்ந்தார் திமீத்ரி மாமின்–சிபிரியாக். பதிற்றுக் கணக்கான நாவல்களும் குறுநாவல்களும் பலநூறு சிறுகதைகளும் எழுதினார் அவர். சாதாரண மக்களையும் அநீதிக்கும் ஒடுக்கு முறைக்கும் எதிராக அவர்கள் நடத்திய போராட்டத்தையும் இவற்றில் அவர் அன்புடன் வருணித்தார்.

குழந்தைகளுக்காகவும் அவர் நிறைய கதைகள் எழுதினார். இயற்கையின் அழகையும் நிலத்தின் வளத்தையும் காணவும் புரிந்துகொள்ளவும் உழைப்பாளி மீது அன்பும் மரியாதையும் செலுத்தவும் சிறுவர் சிறுமியருக்குக் கற்பிக்க அவருக்கு விருப்பம் உண்டாயிற்று. "குழந்தைகளுக்காக எழுதுவது இன்பம்" என்று அவர் சொல்வது வழக்கம்.

மகள் அலியோனுஷ்காவுக்கு ஒருகாலத்தில் சொன்ன கதைகளையும் மாமின்–சிபிரியாக் எழுதினார். அவைகளைத்

தனிப் புத்தகமாக வெளியிட்டார். அவையே "அருமை மகளுக்குச் சொன்ன கதைகள்."

வெயில் நாளின் பளிச்சிடும் வண்ணங்களையும் செழுமையுள்ள ருஷ்ய இயற்கையின் அழகையும் இந்தக் கதைகளில் காணலாம். காடுகளையும் மலைகளையும் கடலையும் பாலை நிலத்தையும் அலியோனுஷ்காவோடு கூடவே நீங்கள் காண்பீர்கள்.

மாமின்-சிபிரியாக் தம்முடைய சில கதைப்பாத்திரங்களிடம் பரிவு காட்டுகிறார், வேறு சிலவற்றையோ, கேலி செய்கிறார். உழைப்பாளியை அவர் போற்றுகிறார், வேலை செய்யாதவர்களையும் சோம்பேறிகளையும் தூற்றுகிறார்.

எல்லாம் தங்களுக்காகவே உண்டாக்கப்பட்டிருப்பதாக நினைத்து வீண் பெருமை அடித்துக்கொள்பவர்களையும் அவரால் பொறுத்துக்கொள்ள முடியவில்லை. "கடைசி ஈயின் கதை" என்ற கதையில் வருகிறது ஓர் அசட்டு ஈ, தான் அறைகளுக்குள் பறந்து போவதற்காகவும் அவற்றிலிருந்து வெளியே வருவதற்காகவுமே வீடுகளில் சன்னல்கள் வைக்கப்பட்டிருக்கின்றன, உணவுப் பண்டங்கள் பரிமாறுவதும் பழக்கூழை அலமாரியிலிருந்து எடுப்பதும் தனக்கு ஊட்டுவதற்காகவே, சூரியன் ஒளி வீசுவதும் தனக்காகவே என்று உறுதியாக எண்ணுகிறது. கேலிக்கு இடமான அசட்டு ஈதான் இப்படி நினைக்க முடியும் என்பதைச் சொல்லவே வேண்டாம்!

எல்லோரும் சேர்ந்து ஒன்றாகச் செயல்புரிவது பெரிய சக்தி. கரடி பெரிய பிராணிதான், ஆனால் கொசுக்கள் கூட ஒன்றுசேர்ந்துவிட்டால் கரடியைத் தோற்கடிக்க முடியும் ("ஊசி மூக்குக் கொசுவும் குட்டைவால் சடைக் கரடியும்" என்ற கதை).

தாம் எழுதிய எல்லாப் புத்தகங்களிலும் மாமின் – சிபிரியாக்குக்குச் சிறப்பாகப் பிடித்திருந்தது "அருமை மகளுக்குச் சொன்ன கதைகள்." "இது என் அன்புக்கு உரிய புத்தகம். அன்பே இதை எழுதியது. ஆகையால் மற்ற எல்லாவற்றையும் விட அதிகக் காலம் இது நிலைத்திருக்கும்" என்றார் அவர்.

அந்திரேய் சேர்னிஷோவ்

கதைகளுக்கு முன்னால்
குட்டிக் கதை

தாலோ–தாலோ–தாலேலோ...

அலியோனுஷ்காவின் ஒரு கண் தூங்கிக் கொண்டிருக்கிறது, மற்றது பார்த்துக்கொண்டிருக்கிறது. அலியோனுஷ்காவின் ஒரு காது தூங்கிக் கொண்டிருக்கிறது, மற்றது கேட்டுக்கொண்டிருக்கிறது.

தூங்கு, அலியோனுஷ்கா, தூங்கு, அழகு மகளே, அப்பா கதைகள் சொல்லுவேன். சைபீரியப் பூனை வாஸ்கா, நாட்டுப்புறத்துச் சடை நாய் சற்றே நில்லு, சாம்பல் நிறச் சுண்டெலி கறுமுறுப்பான், அடுப்புக்குப் பின்னாலே சிள்வண்டு, கூண்டிலே பலநிற மைனா, சண்டைக்காரக் கொண்டைச் சேவல், எல்லாம் கதை கேட்கத் தயாராக வந்துவிட்டன போல் இருக்கிறது.

தூங்கு, அலியோனுஷ்கா, இதோ கதை தொடங்கிவிடும். வானத்தில் உயரமான இடத்திலிருந்து நிலா உன் அறைக்குள் எட்டிப் பார்க்கிறது. மாறுகண் முயல் நீள் சோடுகள் மாட்டிக்கொண்டு தத்திக்கொண்டிருக்கிறது. ஓநாயின் விழிகளில் மஞ்சள் பொறிகள் மினுமினுக்கின்றன. கரடி மீஷ்கா பாதத்தைச் சப்பிக்கொண்டிருக்கிறது. மூத்த குருவி சன்னலுக்குப் பறந்து வந்து, அலகால் கண்ணாடியைத் தட்டி, “சீக்கிரம் தொடங்கிவிடுமா கதை?” என்று கேட்கிறது. எல்லாம் வந்துவிட்டன, எல்லாம் இங்கே கூடியிருக்கின்றன. அலியோனுஷ்காவுக்கு அப்பா சொல்லப் போகிற கதையைக் கேட்பதற்காக எல்லாம் காத்துக்கொண்டிருக்கின்றன.

அலியோனுஷ்காவின் ஒரு கண் தூங்கிக் கொண்டிருக்கிறது, மறு கண் பார்த்துக் கொண்டிருக்கிறது. அலியோனுஷ்காவின் ஒரு காது தூங்கிக் கொண்டிருக்கிறது, மறு காது கேட்டுக் கொண்டிருக்கிறது.

கண்வளராய், கண்மணியே....

பொருளடக்கம்

1. நீள் செவி, மாறுகண், குட்டை வால் & வீரமுயலின் கதை

காட்டில் பிறந்த முயல்குட்டி எப்போதும் அஞ்சி நடுங்கிக் கொண்டிருந்தது. எங்கேயாவது மரக்கிளை சடசடக்கும், பறவை சிறகடிக்கும், வெண்பனி மொத்தை மரத்திலிருந்து விழும், அவ்வளவுதான், முயல் குட்டிக்குக் குலை பதைக்கும்.

முயல்குட்டி ஒரு நாள் பயந்தது, இரண்டு நாட்கள் பயந்தது, ஒரு வாரம் பயந்தது, ஓர் ஆண்டு பயந்தது. அப்புறம் அது வளர்ந்து பெரியது ஆயிற்று. அஞ்சி நடுங்குவது அதற்குத் திடீரென்று அலுத்துப்போயிற்று.

"எனக்கு யாரிடமும் அச்சம் இல்லை! துளிகூடப் பயம் இல்லை, சொல்லிவிட்டேன்!" என்று காடு முழுவதிலும் கேட்கும்படிக் கத்திற்று.

இதைக் கேட்ட தாத்தா முயல்களும் அப்பா முயல்களும் வந்து கூடின, தம்பி முயல்களும் தங்கை முயல்களும் தாவி வந்தன, பாட்டி முயல்களும் அம்மா முயல்களும் குமைந்தன. நீள் செவி, மாறுகண், குட்டைவால் முயல் வீராப்பு பேசுவதை எல்லாம் கேட்டன. தங்கள் காதுகளையே நம்ப அவைகளால் முடியவில்லை. யாருக்குமே அஞ்சாத முயல் அதுவரை இருந்ததே கிடையாது.

"அடேய், மாறுகண்ணா, உனக்கு ஓநாயிடமும் பயம் இல்லையோ?"

"ஓநாயிடம் பயம் இல்லை, நரியிடமும் கரடியிடமும், யாரிடத்திலுமே எனக்கு அச்சம் இல்லை!"

எதற்கும் துணிந்துவிட்ட முயலோ, கத்திற்று; "அட நீண்ட பேச்சு எதற்காக? இப்போது என் கையில் ஓநாய் அகப்பட்டால் நானே அதைத் தின்றுவிடுவேன்..."

"அப்பப்பா, எவ்வளவு வேடிக்கையான முயல்! எப்பேர்ப்பட்ட அசடு!"

அது வேடிக்கையானது, அசடு என்பதை எல்லா முயல்களும் கண்டன, எல்லாம் சிரித்தன.

முயல்கள் ஓநாயைப் பற்றிக் கூச்சல் போட்டுக்கொண்டிருந்தபோது வந்துவிட்டது ஓநாய்.

தன் வழக்கப்படி காட்டில் சுற்றி அலைந்த ஓநாய்க்குப் பசி எடுத்துவிட்டது. "இப்போது ஒரு முயல் குட்டியைத் தின்றால் நன்றாய் இருக்குமே!" என்று நினைத்துக்கொண்ட ஓநாயின் காதில் விழுந்தது முயல்களின் கூச்சல். அவை மிகக் கிட்டத்தில் இருந்ததையும் சாம்பல் நிற ஓநாயான தன்னைப்பற்றிப் பேசிக்கொள்வதையும் புரிந்துகொண்டு அது சட்டென நின்று மோப்பம் பிடித்தது. பிறகு பதுங்கிப் பதுங்கி முயல்களை நெருங்கிற்று.

கும்மாளம் போட்டுக்கொண்டிருந்த முயல்களின் கிட்டத்தில் போனதும், அவை தன்னைக் கேலி செய்து சிரித்ததை ஓநாய் கேட்டது. மாறுகண்களும் நீண்ட காதுகளும் குட்டை வாலும் உள்ள முயல் ஒன்று எல்லாவற்றையும் விட அதிகமாகப் பெருமை அடித்துக்கொண்டு ஓநாயைக் கேலி செய்தது.

"அப்படியா, தம்பீ, பொறு, உன்னையே தின்றுவிடுகிறேன் பார்!" என்று ஓநாய் மனதுக்குள் சொல்லிக்கொண்டு, வீரம் பேசிய முயல் எது என்று உற்றுப் பார்க்கலாயிற்று. முயல்களோ எதையும் காணாமல் முன்னை விடக் கோலாகலமாகக் கும்மாளம் அடித்தன. பெருமை பாராட்டிய முயல் கடைசியில் ஒரு வெட்டு மரத்தின் மேல் ஏறி, பின்னங் கால்கள் மேல் குந்திக் கொண்டு சொல்லிற்று:

"கேளுங்கள், பயங்கொள்ளிகளே! கேளுங்கள், என்னைப் பாருங்கள்! இதோ காட்டுகிறேன் உங்களுக்கு ஒரு வித்தை. நான்... நான்... நான்..."

பெருமைக்கார முயலின் நாக்கு மரத்துப்போனது போல் ஆகிவிட்டது.

தன்னைப் பார்த்துக்கொண்டிருந்த ஓநாயை முயல் கண்டு கொண்டது. மற்றவை காணவில்லை, ஆனால் அது கண்டுகொண்டது. மூச்சு விடக் கூட அதற்குத் துணிவு இல்லை.

அப்புறம் நடந்தது கொஞ்சங்கூட எதிர்பாராத சேதி.

வீம்புக்கார முயல் பந்து மாதிரி உயரே துள்ளி, நடுநடுங்கி, ஓநாயின் அகலமான நெற்றி மேல் பொத்தென்று விழுந்து, குப்புற அடித்து ஓநாயின் முதுகில் உருண்டு, இன்னொரு தரம் துள்ளிக் குதித்து, பெற்றேன் பிழைத்தேன் என்று ஒரே ஓட்டமாகப் பாய்ந்து ஓடிற்று.

ஓநாய் தன்னை விரட்டிக்கொண்டு நெருங்கிவிட்டதாகவும் இதோ பற்களால் கவ்விவிடும் என்றும் அதற்கு ஓயாமல் தோன்றிக்கொண்டிருந்தது.

கடைசியில் அது பாவம், செத்துச் சாவடைந்துபோய், கண்களை மூடிக்கொண்டு ஒரு புதருக்கு அடியில் குற்றுயிராக விழுந்தது.

ஓநாயோ, அந்த நேரத்தில் மறு திசையில் ஓடிக்கொண் டிருந்தது. முயல் அதன் மேல் விழுந்தபோது தன்னை யாரோ துப்பாக்கியால் சுட்டு விட்டதாக ஓநாய்க்குத் தோன்றியது.

ஆகையால் அது ஓட்டம் எடுத்தது. காட்டிலே வேறு முயல்களுக்குப் பஞ்சமா என்ன? பிடித்துக்கொள்ளலாம். இது ஏதோ வெறி பிடித்த முயல்....

மற்ற முயல்களால் வெகு நேரம் வரை நிதானத்துக்கு வர முடியவில்லை. சில முயல்கள் புதர்களில் பதுங்கின, சில வெட்டுமரங்களின் பின்னே ஒளிந்துகொண்டன, சில கிடங்கில் விழுந்தன.

முடிவில் பதுங்கியிருப்பது எல்லா முயல்களுக்கும் சலித்துப்போயிற்று. கொஞ்சம் துணிச்சல் உள்ளவை மெள்ள மெள்ள எட்டிப் பார்க்கத் தொடங்கின.

“நம்முடைய முயல் ஓநாயைச் சாமர்த்தியமாகப் பயமுறுத்திவிட்டது! அது மட்டும் இல்லாவிட்டால் நாம் உயிர் தப்பியிருக்க முடியாது.... ஆமாம், எங்கே அது, அஞ்சா நெஞ்சம் உள்ள நமது முயல்?...” என்று பேசிக் கொண்டு தேடக் கிளம்பின.

அவை போய்க்கொண்டேயிருந்தன, ஆனால் துணிச்சல் கார முயலை எங்குமே காணவில்லை. வேறு ஓர் ஓநாய்

அதைத் தின்றுவிட்டதா என்ன? கடைசியில் அதைக் கண்டுபிடித்தன: கிடங்கில் ஒரு புதரின் அடியில், அச்சத்தால் குற்றுயிராகக் கிடந்தது அது.

“அருமை, மாறுகண்ணா!” என்று எல்லா முயல்களும் ஒரே குரலில் பாராட்டின. “பெரிய வீரன் நீ. கிழட்டு ஓநாயைச் சாதுரியமாக மிரட்டி விட்டாய். நன்றி, தம்பீ! நீ வீண்பெருமை அடித்துக்கொள்கிறாய் என்று நாங்கள் நினைத்தோம்.”

வீரமுயலுக்குச் சட்டென உற்சாகம் வந்துவிட்டது. கிடங்கிலிருந்து வெளியேறி, உடம்பைக் குலுக்கிச் சீராக்கிக்கொண்டு, கண்களைச் சுருக்கியபடிப் பெருமிதத்தோடு சொல்லிற்று:

“நீங்கள் வேறு எப்படி நினைப்பீர்கள்! அடே கோழைகளா...”

மெய்யாகவே யாரிடமும் தனக்கு அச்சம் இல்லை என்று வீரமுயல் அன்று முதல் தானே நம்பத் தொடங்கிவிட்டது.

2. சின்னப் பூச்சியின் கதை

1

சின்னப் பூச்சி பிறந்ததை ஒருவரும் பார்க்கவில்லை.

வசந்த காலம். பளிச்சென்று வெயில் அடித்துக் கொண்டிருந்தது. சின்னப் பூச்சி நாலா பக்கமும் பார்த்தது.

“ஆகா, நன்றாய் இருக்கிறது!” என்றது.

சின்னச் சிறகுகளை விரித்தது, மெல்லிய கால்களை ஒன்றோடொன்று தேய்த்தது, இன்னொரு தரம் சுற்று முற்றும் பார்வை செலுத்திற்று.

“எவ்வளவு நன்றாய் இருக்கிறது!... வெயில் எவ்வளவு இதம்! ஆகாயம் எவ்வளவு நீலம்! புல் எவ்வளவு பச்சை! நன்றாய் இருக்கிறது, ஆகா!... எல்லாம் எனக்கே சொந்தம்!” என்று சொல்லிக் கொண்டது.

கால்களை இன்னொரு தரம் தேய்த்துக் கொண்டு பறந்தது சின்னப் பூச்சி. பறந்த படியே எல்லாவற்றையும் பார்த்து மகிழ்ந்தது. கீழே புல் பச்சைப் பசேல் என்று தளதளத்தது. புல்லில் மறைந்திருந்தது செக்கச் சிவந்த சின்னப் பூ.

“சின்னப் பூச்சி, என் கிட்டே வா!” என்று கூப்பிட்டது சின்னப் பூ.

சின்னப் பூச்சி தரையில் இறங்கி, பூச்செடி மேல் ஏறி, பூவின் இனிப்பான தேனைக் குடித்தது.

மூஞ்சியைக் கால்களால் துடைத்துக் கொண்டே, “நீதான் எவ்வளவு நல்லவன், சின்னப் பூவே!” என்றது.

‘‘நல்லதனத்துக்கு ஒன்றும் குறைவில்லை, ஆனால் என்னால் நடக்க முடியவில்லையே’’ என்று குறைப்பட்டுக் கொண்டது சின்னப் பூ.

“இருந்தாலும் நல்லது. அதோடு, எல்லாம் எனக்குச் சொந்தம்...” என்றது சின்னப் பூச்சி.

அது இப்படிச் சொல்லி முடிப்பதற்குள் மயிர் அடர்ந்த பெருந்தேனீ ஒன்று ஙொய் என்று இரைந்துகொண்டே நேரே பூச்செடிக்குப் பறந்து வந்தது.

“ங்ஙொய்..... யார் அது என்னுடைய பூச்செடியில் தொற்றிக் கொண்டிருப்பது? ங்ஙொய்... என்னுடைய இனிப்புச் சாற்றைக் குடிப்பது யார்? ங்ஙொய்... அட கேடு கெட்ட பூச்சியே, ஒழி இங்கிருந்து! ங்ஙொய்... போய்விடு இங்கிருந்து, இல்லாவிட்டால் கொட்டிவிடுவேன்!” என்றது.

“அடாடா, என்ன இப்படிச் சொல்லுகிறீர்கள்? எல்லாம், எல்லாமே எனக்குச் சொந்தம் ஆயிற்றே...” என்று கீச்சிட்டது சின்னப் பூச்சி.

“ங்ஙொய்... இல்லை, எனக்கே சொந்தம்!”

கோபக்காரப் பெருந்தேனீயிடம் அகப்படாமல் சிரமப்பட்டுத் தப்பித்தது சின்னப் பூச்சி. அது புல் மேல் உட்கார்ந்து பூச்சாற்றின் கறை பட்டிருந்த கால்களை நக்கித் துடைத்துக்கொண்டது. அதற்கு எரிச்சல் உண்டாயிற்று.

“இந்தப் பெருந்தேனீ எவ்வளவு முரடு! ஆச்சரியமாய்க் கூட இருக்கிறது!... அதோடு கொட்ட வேறு வந்ததே... வெயிலும் புல்லும் பூக்களும் எல்லாம் எனக்கேதானே சொந்தம்” என்று சொல்லிக்கொண்டது.

“இல்லை ஐயா, மன்னித்துக்கொள்ளுங்கள், எனக்கே சொந்தம்!” என்று சொல்லியது ஒரு கம்பளிப் புழு. அது புல்தாள் மேல் ஊர்ந்துகொண்டிருந்தது.

கம்பளிப் புழுவுக்குப் பறக்க முடியாது என்று கண்டுகொண்ட சின்னப் பூச்சி துணிச்சலோடு சொல்லிற்று:

“என்னை மன்னியும், புழுவாரே, நீர் சொல்லுவது தப்பு... நீ ஊர்வதை நான் தடுக்கவில்லை, ஆனால் என்னோடு வாதாடாதே!...”

“சரி, சரி... என்னுடைய புல்லை மட்டும் தொடாமல் இரு. எனக்கு இது பிடிக்காது என்பதை மறைக்காமல்

சொல்லிவிடுகிறேன்... உங்களைப் போல் பறப்பவர்கள் கொஞ்சமா என்ன... நீங்கள் எல்லோரும் விளையாட்டுப் புத்தி உள்ளவர்கள். நானோ கண்டிப்பான புழு...

2

சிலமணி நேரத்தில் சின்னப் பூச்சி ஒன்று விடாமல் எல்லா விவரங்களையும் தெரிந்துகொண்டது. அதாவது, வெயிலையும் நீல ஆகாயத்தையும் பசும் புல்லையும் தவிரச் சிடுசிடுக்கும் பெருந்தேனீக்களும் கண்டிப்பான புழுக்களும் பூச்செடிகளில் பலவகை முட்களும் இருக்கின்றன. சுருங்கச் சொன்னால், அதற்கு நிறைய வருத்தம் உண்டாயிற்று. மனத்தாங்கல் கூட ஏற்பட்டது. எல்லாம் தனக்கே சொந்தம், தனக்காகவே படைக்கப்பட்டது என்று அது உறுதியாக எண்ணிக்கொண்டிருந்தது. இப்போது பார்த்தால் மற்றவையும் அப்படியே நினைத்துக் கொண்டிருக்கின்றன. இல்லை, இதில் ஏதோ தப்பு இருக்கிறது... இந்த மாதிரி இருக்க முடியாது.

மேலே பறந்துபோன சின்னப் பூச்சி தண்ணீரைக் கண்டது.

“இது என்னுடையதேதான்!” என்று சந்தோஷமாகக் கீச்சிட்டது. “எனக்கே சொந்தமான தண்ணீர்... ஆகா, எவ்வளவு இன்பம்!... இங்கேயே புல்லும் பூக்களும் கூட இருக்கின்றன.”

சின்னப் பூச்சிக்கு எதிரே பறந்துவந்தன வேறு சின்னப் பூச்சிகள்.

“வணக்கம், தங்கச்சீ!”

“வணக்கம், அருமைத் தமக்கைகளே... தனியே பறக்க எனக்கு அலுப்பாயிருந்தது. நீங்கள் இங்கே என்ன செய்கிறீர்கள்?”

“நாங்கள் விளையாடுகிறோம், தங்கச்சீ... நீயும் எங்களோடு சேர்ந்துகொள். கும்மாளம் போடலாம்... நீ கொஞ்ச நேரத்துக்கு முன்னேதான் பிறந்தாயா?”

“இன்னைக்குத்தான்... ஒரு பெருந்தேனீ என்னைக் கொட்ட வந்தது. அப்புறம் நான் ஒரு புழுவைக் கண்டேன்...

எல்லாம் எனக்கே சொந்தம் என்று எண்ணிக்கொண்டிருந்தேன், அவையோ, எல்லாம் தங்களுடையவை என்கின்றன.”

மற்றப் பூச்சிகள் அதற்கு ஆறுதல் சொல்லி, தங்களோடு விளையாட அழைத்தன. அவை தண்ணீருக்கு மேலே தூண் விளையாட்டு ஆடின. சுழன்று பறந்து கொண்டே கீச்சிட்டன. நம்முடைய பூச்சிக்கு மகிழ்ச்சியால் மூச்சு முட்டியது.

“ஆகா, எவ்வளவு நன்றாய் இருக்கிறது! வெயில், புல், தண்ணீர், எல்லாம் எனக்கே சொந்தம். மற்றவை எதற்காகக் கோபப்படுகின்றன? எனக்குப் புரியவே இல்லை. எல்லாம் எனக்குச் சொந்தம், ஆனால் யாருடைய வாழ்க்கையிலும் நான் குறுக்கிடவில்லையே. பறந்து திரியுங்கள், ரீங்காரம் செய்யுங்கள், கும்மாளம் போடுங்கள். நான் அனுமதிக்கிறேன்...” என்று மகிழ்ச்சி பொங்கக் கிசுகிசுத்தது சின்னப் பூச்சி.

கொஞ்ச நேரம் விளையாடி, கும்மாளம் அடித்த பின் சதுப்பு நிலக் கோரைப்புல் மேல் இளைப்பாறுவதற்காக உட்கார்ந்தது சின்னப் பூச்சி. மெய்தானே, இளைப்பாறவும் வேண்டும் அல்லவா? மற்ற சின்னப் பூச்சிகள் கும்மாளம் அடித்ததைப் பார்த்துக்கொண்டிருந்தது நமது சின்னப் பூச்சி. திடீரென்று கல் எறிந்தது போல் எங்கிருந்தோ விர்ட்டென்று பாய்ந்தது குருவி.

“ஐயோ, அப்பா!” என்று கத்தியபடி நாலா பக்கமும் சிதறின பூச்சிகள்.

குருவி பறந்து போனதும் பார்த்தால், முழுதாகப் பத்து சின்னப் பூச்சிகள் குறைந்தன.

“அட, கொள்ளைக்காரப் பாவி! பத்து பேரை விழுங்கிவிட்டதே!” என்று திட்டின வயதான பூச்சிகள்.

இது பெருந்தேனீயைக் காட்டிலும் மோசமாய் இருந்தது. சின்னப் பூச்சி அஞ்சத் தொடங்கிற்று. மற்ற இளம் பூச்சிகளோடு சதுப்பு நிலப் புல்லில் இன்னும் அப்பால் போய் ஒளிந்துகொண்டது. ஆனால் அங்கே காத்திருந்தது வேறு ஓர் ஆபத்து. இரண்டு சின்னப் பூச்சிகளை மீன்

விழுங்கி விட்டது. இன்னும் இரண்டைத் தவளை தின்றுவிட்டது.

“அட இது என்ன இப்படி?” என்று ஆச்சரியப்பட்டது சின்னப்பூச்சி. “இது எந்த ஒழுங்கிலும் சேர்ந்தது அல்ல... இந்த மாதிரி வாழவே முடியாது. சீ, எவ்வளவு அசிங்கம் பிடித்தவை!..”

நல்ல வேளையாகப் பூச்சிகள் நிறைய இருந்ததால் இழப்பை எதுவும் கவனிக்கவில்லை. தவிர, அப்போதுதான் பிறந்த புதிய சின்னப் பூச்சிகளும் பறந்துவந்தன. அவை பறந்துகொண்டே, “எல்லாம் நம்முடையவை... எல்லாம் நமக்குச் சொந்தம்...” என்று கீச்சிட்டன.

“இல்லை, எல்லாம் நமக்குச் சொந்தம் அல்ல!” என்று அவைகளைப் பார்த்துக் கத்தியது நம்முடைய சின்னப் பூச்சி. “சிடுசிடுக்கும் பெருந்தேனீக்களும் கண்டிப்பான புழுக்களும் அசிங்கம் பிடித்த குருவிகளும் மீன்களும் தவளைகளும் வேறு இருக்கின்றன. சாக்கிரதையாய் இருங்கள், தங்கைமாரே!”

கொஞ்ச நேரத்தில் இரவு வந்துவிட்டது. நாணல் புதர் குளிருக்கு அடக்கமாக இருந்ததால் எல்லாச் சின்னப் பூச்சிகளும் அதில் மறைந்து கொண்டன. வானத்தில் கணக்கில்லாத விண்மீன்கள் மினுமினுத்தன, நிலா உதித்தது. எல்லாம் தண்ணீரில் பிரதிபலித்தன.

ஆகா, எவ்வளவு நன்றாய் இருந்தது!

‘‘என்னுடைய நிலா, எனக்குச் சொந்தமான விண்மீன்கள்” என்று எண்ணிக்கொண்ட நம் சின்னப் பூச்சி இதை யாரிடமும் சொல்லவில்லை. அவைகளையும் யாரேனும் பிடுங்கிக்கொள்வார்களோ...

3

கோடைக் காலம் முழுவதையும் இந்த மாதிரிக் கழித்தது சின்னப் பூச்சி. அது நிறைய மகிழ்ந்தது, தொல்லைகளும் அதற்கு நிறைய ஏற்பட்டன. படு வேகமுள்ள மணல் குருவி இரண்டு தரம் அதை விழுங்கப் பார்த்தது. அப்புறம்

அதற்குத் தெரியாதபடிக் கிட்டே வந்தது தவளை. சின்னப் பூச்சிகளுக்குப் பகைவர்கள் கொஞ்சமா? இன்ப நிகழ்ச்சிகளும் இருந்தன. அடர்ந்த மீசைகள் உள்ள தன்போன்ற இன்னொரு சின்னப் பூச்சியை நமது பூச்சி சந்தித்தது.

“நீதான் எவ்வளவு அழகானவள், பூச்சிக் கண்ணே... வா, சேர்ந்து வாழ்வோம்” என்றது அந்தப் பூச்சி.

இரண்டும் சேர்ந்து வாழ்ந்தன. நன்றாக வாழ்ந்தன. எப்போதும் இணை பிரியாமல் இருந்தன. எங்கும் ஒன்றாகப் போயின. கோடைக் காலம் நொடியாய்க் கழிந்ததைக் கூட அவை கவனிக்கவில்லை. மழையும் குளிர் நடுக்கும் இரவுகளும் தொடங்கின. நம்முடைய சின்னப் பூச்சி முட்டைகள் இட்டு அடர்ந்த புல்லில் அவைகளை மறைத்து வைத்தது.

“ஐயோ, எப்படிக் களைத்துப் போய்விட்டேன்!” என்று சொல்லிக் கொண்டது.

பனிக்காலம் முழுவதும் ஆழ்ந்து உறங்கியது. வசந்த காலத்தில் விழித்துக் கொண்டு மறுபடி வாழவேண்டுமே, அதற்காக.

3. ஊசி மூக்குக் கொசுவும் குட்டை வால் சடைக் கரடியும்

1

இது நடந்தது நடுப் பகலில். அப்போது வெக்கையி லிருந்து தப்புவதற்காக எல்லாக் கொசுக்களும் சதுப்பு நிலத்தில் ஒளிந்துகொண்டிருந்தன. ஊசி மூக்குக் கொசு அகலமான ஓர் இலைக்கு அடியில் ஒண்டியபடி உறங்கிக் கொண்டிருந்தது. அதன் காதில் பட்டது கலவரக் கூச்சல்:

“ஐயோ, அப்பா!... நம்முடைய சதுப்பு நிலத்துக்கு வந்த ஒரு கரடி பொத்தென்று விழுந்து படுத்தது. படுக்கும்போதே ஓர் ஐந்நூறு கொசுக்களை நசுக்கிவிட்டது. ஒரு தரம் மூச்சு இழுத்தபோது முழுதாக ஒரு நூறு கொசுக்களை விழுங்கி விட்டது. ஐயோ, ஆபத்து, அண்ணன்மாரே! நாங்கள் அதனிடமிருந்து தப்பியதே அரும் பாடு ஆகிவிட்டது. இல்லாவிட்டால் எங்கள் எல்லோரையும் அது நசுக்கித் துவைத்திருக்கும்...”

ஊசி மூக்குக் கொசுவுக்குக் கோபம் பொத்துக்கொண்டு வந்தது. கரடி மீதும் காச்சுமூச்சென்று கத்திய அசட்டுக் கொசுக்கள் மீதும் அதற்கு எரிச்சல் ஏற்பட்டது.

“இதோ பாருங்கள், நிறுத்துங்கள் கூச்சலை! நான் இப்போதே போய் விரட்டிவிடுகிறேன் அந்தக் கரடியை... ரொம்பச் சுளுவான வேலை! நீங்களோ, வெட்டிக் கூச்சல் போடுகிறீர்கள்...”

இன்னமும் கடுமையாகச் சிடுசிடுத்தபடிப் பறந்தது ஊசி மூக்குக் கொசு. உண்மையாகவே சதுப்பு நிலத்தில் படுத்துக் கிடந்தது கரடி. கொசுக்கள் தலைமுறை தலைமுறையாக வாழ்ந்துவந்த மிகவும் அடர்த்தியான புல்லில் விழுந்து எக்காளம் ஊதுவது போலக் கொர் கொர்ரென்று குறட்டை விட்டுக் கொண்டிருந்தது அது. வெட்கங்கெட்ட பிராணி!...

"ஐயா, பெரியவரே, நீர் எங்கே புகுந்துகொண்டிருக்கிறீர்?"

என்று காடு முழுவதிலும் கேட்கும்படி இரைந்த ஊசிமூக்குக் கொசு, தன் கூச்சலால் தானே பயந்துபோனது.

சடைக் கரடி ஒரு கண்ணைத் திறந்தது. ஒன்றும் அதற்குத் தெரியவில்லை. மறு கண்ணைத் திறந்தது. தன் மூக்குக்கு மேலே ஒரு கொசு பறப்பது அதற்கு மிகவும் மங்கலாகத் தெரிந்தது.

"உனக்கு என்ன வேண்டும், அப்பனே?" என்று கேட்கும்போதே கரடிக்கும் மோசமான கோபம் வந்தது. சரிதானே.

இளைப்பாறலாம் என்று இப்போதுதான் படுத்தது, அதற்குள் எதுவோ உதவாக்கரைப் பூச்சி கீச்சிடுகிறது.

"ஐயா, மரியாதையாகப் போய்விடும்!"

கரடி இரண்டு கண்களையும் திறந்து அந்தத் துடுக்குக்காரப் பூச்சியைப் பார்த்து மூக்கால் செருமியது. இப்போது அதற்குக் கடுங்கோபம் உண்டாயிற்று.

"என்னதான் வேண்டும் உனக்கு, உதவாக்கரைப் பூச்சியே?" என்று உறுமியது.

"எங்கள் இடத்தை விட்டுப் போய்விடும். இல்லாவிட்டால் கம்பளிக் கோட்டோடு கூட உம்மைத் தின்றுவிடுவேன், நான் விளையாட்டுக்குச் சொல்லவில்லை. தெரிந்துகொள்ளும்..."

இதைக் கேட்டுக் கரடிக்குச் சிரிப்பு வந்தது. அது மறுபக்கம் ஒருக்கணித்துப் படுத்து, முன்காலால் மூஞ்சியை மூடிக் கொண்டு அக்கணமே குறட்டை விடத் தொடங்கி விட்டது.

2

ஊசி மூக்குக் கொசு மற்றக் கொசுக்களிடம் திரும்பிப் போய், சதுப்பு நிலம் பூராவும் கேட்கும்படி முழங்கிற்று.

"சடைக் கரடியைத் தந்திரமாக மிரட்டிவிட்டேன்!.... இனிமேல் அது வராது."

கொசுக்கள் ஆச்சரியம் அடைந்தன.

"அப்படியா, இப்போது அது எங்கே?" என்று கேட்டன.

"எனக்குத் தெரியாது, தம்பியாரே... போகாவிட்டால் உன்னைத் தின்று விடுவேன் என்று நான் சொன்னதைக் கேட்டு அது ஒரேயடியாக விலவிலத்துப் போயிற்று. எனக்கோ விளையாட்டுப் பேச்சு பிடிக்காது. தின்று விடுவேன் என்று ஒளிக்காமல் மறைக்காமல் சொல்லிவிட்டேன். நான் உங்களிடம் பறந்து வருவதற்குள் அது செத்துப் போயிருக்குமோ என்னவோ... என்ன செய்வது, குற்றவாளி அதுவேதான்" என்றது ஊசி மூக்குக் கொசு.

எல்லாக் கொசுக்களும் கீச்சிட்டன, நொய்-நொய் என்று இரைந்தன, மூடக் கரடியை எப்படிச் சமாளிப்பது என்று விவாதித்தன. அப்பேர்ப்பட்ட காட்டுக் கூச்சல் சதுப்பு நிலத்தில் அதற்கு முன் கேட்டதே கிடையாது.

"வாருங்கள் போவோம் தம்பிமாரே! நம் கைவரிசையை அதற்குக் காட்டுவோம்... ஆமாம்!'' என்று மற்ற கொசுக்களைக் காட்டிலும் உரக்க இரைந்தது ஊசி மூக்குக் கொசு.

மற்றக் கொசுக்கள் ஊசி மூக்குக் கொசுவின் பின்னே பறந்தன, பறந்து கொண்டே கீச்சிட்டதில் அவைகளுக்கே அச்சம் உண்டாயிற்று. பறந்து போய்ப் பார்த்தன. கரடியோ, அசையாமல் கிடந்தது.

"நான்தான் சொன்னேனே: பாவம், பயத்தால் உயிரை விட்டுவிட்டது!" என்று பெருமை அடித்துக்கொண்டது ஊசி மூக்குக் கொசு. "கொஞ்சம் வருத்தமாய்க் கூட இருக்கிறது. எவ்வளவு பருத்துக் கொழுத்த பெருங்கரடி..."

ஒரு குஞ்சுக் கொசு கரடியின் மூக்கு வரை பறந்து, சன்னலுக்குள் போவது போல அதன் மூக்கின் உள்ளே நுழைந்து, பிறகு மயிர் இழையில் உயிர் தப்பி, "அட இது தூங்கவாக்கும் செய்கிறது, அண்ணன்மாரே!'' என்று கீச்சிட்டது.

"இது தூங்குவது போலப் பாவனை செய்கிறது!" என்று கத்தி, கரடியின் பக்கம் பறந்து போனது ஊசி மூக்குக் கொசு.

"இதோ காட்டுகிறேன் இதற்கு..." என்று சொல்லிவிட்டு கரடியைப் பார்த்துச் சொன்னது கேளும், பெரியவரே, போதும் பொய்த் தூக்கம்!"

நேரே கரடி மேல் பாய்ந்து கரடியின் கறுப்பு மூக்கைத் தன் நீண்ட ஊசி மூக்கால் குத்தித் துளைத்தது. கரடி துள்ளிப் பட்டென்று மூக்கில் அடித்துக் கொண்டது. ஊசி மூக்குக் கொசுவோ, மாயமாய் மறைந்து, பிறகு பறந்து வந்தது.

"என்ன, பெரியவரே, போக மனசு வரலையோ?" என்று கீச்சிட்டது ஊசி மூக்குக் கொசு. "போய்விடு, இல்லாவிட்டால் உமக்குக் கேடுதான்... இப்போது வந்திருப்பது ஊசி மூக்குக் கொசுவான நான் மட்டும் அல்ல, என் தாத்தா கோணிஊசி மூக்குக் கொசுவாரும் என் தம்பி குண்டூசி மூக்குக் கொசுக்குஞ்சும் என்னோடு வந்திருக்கிறார்கள். போய்விடு, சொல்லி விட்டேன்..."

ஊசி மூக்குக் கொசு மறுபடி பறந்து நேரே கரடியின் கண்ணில் குத்தி இரத்தத்தைக் குடித்தது. வலி பொறுக்க மாட்டாமல் கரடி வீரிட்டது. முன் பாதத்தால் மூஞ்சியில் அடித்துக்கொண்டது. இப்போதும் கொசு பிடிபடவில்லை. நகங்களால் தன் கண்ணையே நோண்டிக்கொள்ளப் பார்த்தது. ஊசி மூக்குக் கொசுவோ, கரடியின் காதுக்கு நேர் மேலே பறந்து கொண்டே கீச்சிட்டது:

"நான் உம்மைத் தின்னாமல் விடமாட்டேன், பெரியவரே..."

3

கரடிக்கு கடுங் கோபம் மூண்டது. ஒரு பிர்ச் மரத்தை வேரோடு பிடுங்கி அதனால் கொசுக்களை அடிக்கத் தொடங்கியது. ஓங்கி ஓங்கிப் போட்டது... அடித்து அடித்து அது களைத்துக் கூடப் போயிற்று, ஆனாலும் ஒரு கொசுகூடச் சாகவில்லை. எல்லாம் அதற்கு மேலே வட்டமிட்டுப் பறந்து கொண்டே கீச்சிட்டன. அப்போது கரடி ஒரு கனத்த பாறாங்கல்லைப் பெயர்த்து கொசுக்கள் மேல் எறிந்தது. கொசுக்கள் நகர்ந்து பறந்தன.

கரடி கொசுக்களோடு நிறைய நேரம் போராடிக் கொண்டிருந்தது. சத்தந்தான் நிறைய. கரடியின் முழக்கம் வெகு தூரத்துக்குக் கேட்டது. அது பிடுங்கிய மரங்களுக்கும் பெயர்த்த பாறைகளுக்கும் ஒரு கணக்கு வழக்கு இல்லை! ஊசி மூக்குக் கொசுவை எப்படியாவது பிடித்துவிட வேண்டும் என்று அதற்கு ஒரே ஆசை. ஊசி மூக்குக் கொசு இதோ காதுக்கு நேர் மேலேதான் பறந்துகொண்டிருந்தது. ஆனால் கரடி முன் பாதத்தால் அதைப் பிடிக்கப் பார்த்தது, ஒன்றும் சிக்கவில்லை. தன் மூஞ்சியைத் தான் கரடி இரத்த விளாறாகப் பிறாண்டிக்கொண்டது.

கடைசியில் கரடி ஏமாந்து போனது. பின்கால்கள் மேல் உட்கார்ந்து செருமிய கரடிக்கு ஒரு புது எண்ணம் தோன்றியது, புல் மேல் உருண்டு கொசுக்களின் கும்பலை நசுக்கித் தீர்த்துவிட அது முடிவு செய்தது. இங்கும் அங்குமாக உருண்டது கரடி, ஆனால் அதனாலும் ஒரு பயனும் ஏற்படவில்லை. முன்னை விட அதிகமாகக் களைத்துப் போனதுதான் கண்ட பலன். கரடி மூஞ்சியைப் பாசியில் புதைத்துக்கொண்டது. அதனால் இன்னும் கெடுதலே விளைந்தது. கொசுக்கள் கரடியின் வாலில் மொய்த்துக் கடித்தன. கரடிக்கு வெறி பிடித்துவிட்டது.

கொசுக்கள் பின்னே விலகி, என்ன நடக்கப்போகிறது என்று பார்த்துக் கொண்டிருந்தன. கரடியோ, கழைக்கூத்தாடி போல மரத்தில் தொற்றி ஏறி, எல்லாவற்றிலும் பருமனான ஒரு கிளை மேல் உட்கார்ந்துகொண்டு இரைந்தது:

''இங்கே, இப்போது வாருங்கள் என் கிட்டே.... ஒவ்வொருவர் மூக்கையும் உடைத்துவிடுகிறேன்!...''

கொசுக்கள் கீச்சுக் குரல்களில் வாய் விட்டுச் சிரித்து, ஒரே படையாகத் திரண்டு கிளைமேல் குந்தியிருக்கும் கரடியைத் தாக்கின. அவை கீச்சிட்டன, வட்டமாகச் சுழன்றன, கரடியின் மேல் ஏறின... கரடி அடித்துப் பிடித்துத் தன்னைக் காத்துக் கொண்டது, ஒரு நூறு கொசுப் படையினரைத் தற்செயலாக விழுங்கியது, பின்பு இருமத் தொடங்கியது, அவ்வளவுதான், கிளையிலிருந்து நழுவி மூட்டை போலப் பொத்தென்று விழுந்தது... ஆனாலும் எழுந்து, அடிபட்ட விலாவைத் தடவிக்கொண்டே சொல்லியது:

“என்ன, அடி பட்டீர்களா? பார்த்தீர்களா நான் எப்படி தந்திரமாக மரத்திலிருந்து குதித்தேன் என்று?...”

இதைக் கேட்டுக் கொசுக்கள் முன்னை விட மெல்லிய குரல்களில் சிரித்தன. ஊசி மூக்குக் கொசுவோ, ஓயாமல் முழங்கிற்று:

“நான் உம்மைத் தின்பேன், நான் உம்மைத் தின்பேன்... தின்பேன்... தின்பேன்!...”

கரடி ஒரேயடியாகக் களைத்துச் சோர்ந்து போயிற்று, ஆனால் சதுப்பு நிலத்தை விட்டு வெளியேற அதற்கு வெட்கமாய் இருந்தது. பின்னங் கால்களின் மேல் உட்கார்ந்து கண்களைக் கொட்டியது.

அதை இந்தச் சங்கடத்திலிருந்து தப்புவித்தது ஒரு தவளை. ஒரு மேட்டின் அடியிலிருந்து துள்ளி, பின்கால்கள் மேல் உட்கார்ந்துகொண்டு சொல்லிற்று:

“வீணாக இப்படித் தொல்லைப்படுவது உங்களுக்குப் பிடித்திருக்கிறதா என்ன, கரடியாரே!... இந்தக் குறும்புக்காரக் கொசுக்களைச் சட்டை செய்யாதீர்கள். வெறும் வம்பு.”

இதைக் கேட்டுக் கரடி மகிழ்ச்சி அடைந்தது. “வம்புதான். நான் சும்மா விளையாட்டுக்கு இப்படி.... இவை என் குகைக்கு வரட்டும், பார்க்கிறேன் ஒரு கை...”

கரடி திரும்பி, சதுப்பு நிலத்திலிருந்து எடுத்தது ஓட்டம்.

4. பொம்மை வான்காவின் பிறந்தநாள் கொண்டாட்டம்

1

கொட்டு, டமாரமே, டட்-டட்-டா! ட்ரட்-ட்ரட்-டா! ஊதுங்கள், குழல்களே, த்ரு-த்ரூ! த்ரு-ரு-ரூ!... எல்லா வாத்தியங்களும் இசைக்கட்டும் - இன்றைக்குப் பொம்மை வான்காவின் பிறந்த நாள்!... அருமை விருந்தாளிகளே, உங்கள் வரவு நல்வரவு ஆகுக!... ஏய், எல்லோரும் இங்கே வந்து சேருங்கள்! ட்ரட்-டரட்-டா! த்ரு-ரு-ரூ!

பொம்மை வான்கா சிவப்புச் சட்டை போட்டுக்கொண்டு நடந்தபடியே திரும்பத் திரும்பச் சொன்னான்:

"நண்பர்களே, உங்கள் வரவு நல்வரவு ஆகுக... தின்பண்டங்கள் வேண்டிய அளவு இருக்கின்றன. புத்தம் புதிய மரச்சில்லுகளைக் கொண்டு தயாரித்த அருமையான சூப்; ரொம்ப அருமையான, மிகவும் சுத்தமான மணலால் செய்த கறிவடைகள், பல நிறக் காகிதங்களால் பண்ணிய இனிப்புப் பணியாரங்கள்; அப்புறம், எப்பேர்ப்பட்ட தேநீர்! மிக மிக நல்ல கொதி நீரால் தயாரித்தது. வாருங்கள், வாருங்கள், ருசி பாருங்கள்... வாத்தியங்களே, முழங்குங்கள்!..."

விருந்தாளிகள் அறை முழுவதிலும் நிறைந்துவிட்டார்கள். எல்லோருக்கும் முன்னே பாய்ந்து வந்தது தொப்பை பருத்த கட்டைப் பம்பரம்.

"கிர்ர்... கிர்ர்... எங்கே அவன், பிறந்தநாள்காரன்? கிர்ர்... கிர்ர்... நல்ல கூட்டாளிகளோடு விழாக் கொண்டாடுவது எனக்கு ரொம்பப் பிடிக்கும்..."

இரண்டு பொம்மைப் பெண்கள் வந்தார்கள். ஒருத்தி, இளநீல விழிகள் உள்ள ஆனியா. அவளுடைய மூக்கு கொஞ்சம் சிதைந்திருந்தது. கரிய விழிகள் கொண்ட

இன்னொருவள் காத்தியா. அவளுக்கு ஒரு கை இல்லை. அவர்கள் மிடுக்காக வந்து பொம்மை சோபாவில் உட்கார்ந்தார்கள்.

“வான்கா என்னென்ன தின்பண்டங்கள் வைத்திருக்கிறான், பார்ப்போம். என்னவோ பிரமாதமாகப் பெருமை அடித்துக் கொள்கிறான். சங்கீதம் மோசமில்லை. ஆனால் தின்பண்டங்களைப் பொறுத்த வரையில் எனக்குச் சந்தேகந்தான்” என்றாள் ஆனியா.

“ஆனியா, நீ எப்போதும் குறை சொல்லிக்கொண்டே இருக்கிறாய்’’ என்று அவளைக் கடிந்துகொண்டாள் காத்தியா.

“நீயோ, எப்போதும் வாய்ச் சண்டைக்குத் தயார்.”

பொம்மைப் பெண்கள் கொஞ்சநேரம் வாய்ச் சண்டை போட்டுக் கொண்டார்கள். கைச்சண்டை போடவும் தயாரானார்கள். ஆனால் மிகவும் பழசாகிவிட்ட பொம்மைக் கோமாளி அந்தக் கணத்தில் ஒற்றைக் காலில் கிந்திக் கிந்தி வந்து அவர்களைச் சமாதானப் படுத்தினான்.

“எல்லாம் அருமையாய் இருக்கும், இளஞ் சீமாட்டியாரே. நன்றாக மகிழ்ந்து கொண்டாடுவோம். எனக்கு ஒரு கால் இல்லைதான். ஆனாலும் பரவாயில்லை. பம்பரம் ஒற்றைக் காலில் கூட என்னமாய்ச் சுழன்று ஆடுகிறது. வணக்கம், பம்பரமே...”

“கிர்ர்.... வணக்கம்! ஆமாம், உன்னுடைய ஒரு கண்ணில் அடிபட்டிருப்பது போல் தெரிகிறதே, ஏன்?”

‘‘ஒன்றுமில்லை... நான் சோபாவிலிருந்து விழுந்து விட்டேன். இந்த அளவோடு போச்சே.”

பித்ருஷ்கா பல விருந்தாளிகளை உடன் அழைத்துக் கொண்டு வந்தான். அவனுடைய மனைவி மத்ரியோனா இவானவ்னா, ஜெர்மன் டாக்டர் கார்ல் இவானவிச், பெரிய மூக்குள்ள ஜிப்சி ஆகியோர் அவர்களில் இருந்தார்கள். ஜிப்சி ஒரு மூன்றுகால் குதிரையைத் தன்னோடு இழுத்து வந்தான்.

பித்ருஷ்கா தன் மூக்கைச் சுண்டி, “இந்தா, வான்கா, விருந்தாளிகளை வரவேற்று உபசரி. ஒருவரை விட ஒருவர் மேலானவர்கள். என் மத்ரியோனா இவானவ்னா ஒருத்தியே லட்சம் பெறுவாளே... தேநீர் பருக அவளுக்கு ஒரே ஆசை. இதில் அவள் வாத்து போல” என்று குதூகலம் பொங்கப் பொரிந்து கொட்டினான்.

“தேநீரும் தருவோம், நண்பரே. நல்ல விருந்தாளிகளை உபசரிப்பதில் எங்களுக்கு எப்போதுமே மகிழ்ச்சி... உட்காருங்கள் மத்ரியோனா இவானவ்னா! கார்ல் இவானவிச், தயவுசெய்து உட்காருங்கள்...'' என்றான் வான்கா.

அப்புறம் வந்தன கரடியும் முயலும் சாம்பல் நிற ஆட்டுக்குட்டியும் கொண்டை வாத்தும் சேவலும் ஓநாயும். வான்காவிடம் எல்லோருக்கும் இடம் கிடைத்தது.

அலியோனுஷ்காவின் செருப்பும் துடைப்பமும் கடைசியில் வந்தன. ஓர் இடமும் காலி இல்லை என்பதை இரண்டும் கவனித்தன.

“பரவாயில்லை, நான் மூலையில் நின்றுகொள்கிறேன்...” என்றது துடைப்பம்.

செருப்போ, ஒன்றும் சொல்லாமல் சோபாவுக்கு அடியில் புகுந்து கொண்டது. தேய்ந்து போனதுதான் என்றாலும் அது மிகவும் மரியாதைக்குரிய செருப்பு. நுனியில் இருந்த பொத்தல்தான் அதற்குக் கொஞ்சம் கூச்சம் உண்டாக்கியது. அட அது பிரமாதமில்லை. சோபாவுக்கு அடியில் யாரும் கவனிக்க மாட்டார்கள்.

‘‘சங்கீதம் முழங்கட்டும்!'' என்று உத்தரவிட்டான் வான்கா.

“ட்ரட்-டா! ட்ட்-டட்டா!” என்று அடித்தது டமாரம். ‘‘த்ருத்-துரூ!'' என்று ஊதின குழல்கள். எல்லா விருந்தாளிகளுக்கும் திடீரென்று குதூகலம் பொங்கிற்று, ஒரே மகிழ்ச்சியாய் இருந்தது...

2

கொண்டாட்டம் நன்றாகத் தொடங்கியது. டமாரம் தானே கொட்டிக் கொண்டது, குழல்கள் தாங்களே ஊதின, பம்பரம் கிர்ர்ரென்று சுழன்றது, கோமாளி ஜாலர்களைக் கிலுக்கினான், பித்ருஷ்கா, வெறியுடன் கீச்சிட்டான். ஆகா, ஒரே கோலாகலமாய் இருந்தது!

ஆனியாவும் காத்தியாவும் இனிய குரல்களில் கலீரென்று நகைத்தார்கள். நாகரிகம் தெரியாத கரடி துடைப்பத்துடன் நடனம் ஆடியது. சாம்பல் நிற ஆட்டுக் குட்டி கொண்டை வாத்தோடு ஆடியது. கோமாளி கரணங்கள் அடித்து வித்தை காட்டினான்.

"மத்ரியோனா இவானவ்னா, உங்களுக்கு வயிறு வலிக்கிறதோ?" என்று கேட்டான் டாக்டர் கார்ல் இவானவிச்.

மத்ரியோனா இவானவ்னாவுக்கு ரோசமாய் இருந்தது. "என்ன நீங்கள் கார்ல் இவானவிச்? இந்த நினைப்பு உங்களுக்கு எப்படி வந்தது?" என்று சீறினாள்.

"எங்கே, நாக்கைக் காட்டுங்கள்."

"அட விடுங்கள் என்கிறேன்..."

"நான் இங்கே இருக்கிறேன்" என்று கீச்சுக் குரலில் சொல்லியது வெள்ளி ஸ்பூன். அலியோனுஷ்கா அந்த ஸ்பூனால்தான் பொங்கல் சாப்பிட்டாள்.

அதுவரை மேசை மேல் அமைதியாகக் கிடந்த ஸ்பூன், டாக்டர் நாக்கைப் பற்றிப் பேசியதும் பொறுமை இல்லாமல் துள்ளியது. அலியோனுஷ்காவின் நாக்கை டாக்டர் பார்த்தது அதன் உதவியால்தானே...

"ஐயோ வேண்டவே வேண்டாம்!" என்று மத்ரியோனா இவானவ்னா காற்றாடி இயந்திரம் போல வேடிக்கையாகக் கைகளை ஆட்டினாள்.

"அதற்கென்ன, நான் ஒன்றும் உங்களைக் கட்டாயப் படுத்தவில்லை" என்ற ரோசத்துடன் சொல்லியது ஸ்பூன்.

அது கோபித்துக்கொண்டும் இருக்கும், ஆனால் அப்போது பம்பரம் அதனிடம் பாய்ந்து வந்தது, இரண்டும்

நடனம் ஆடத் தொடங்கின. பம்பரம் கிர்ர்ரென்றது, ஸ்பூன் கிணுகிணுத்தது... அலியோனுஷ்காவின் செருப்புக்குக் கூட இருப்புக் கொள்ளவில்லை. சோபாவுக்கு அடியிலிருந்து வெளியே வந்து துடைப்பத்தின் காதோடு சொல்லியது:

''எனக்கு உங்கள் மேல் ரொம்பப் பிரியம், துடைப்பச்சியாரே...''

துடைப்பம் இனிமையாகக் கண்களை மூடிக்கொண்டு வெறுமே பெருமூச்சு விட்டது. தன்மேல் மற்றவர்கள் பிரியம் காட்டியது அதற்குப் பிடித்தது.

துடைப்பம் எப்போதுமே அடக்கமாய் இருந்தது. மற்றவர்கள் சில வேளைகளில் செய்தது போல அது பிகு பண்ணிக்கொண்டதே கிடையாது. மத்ரியோனா இவானவ்னா, ஆனியா, காத்தியா முதலிய பொம்மைப் பெண்கள் இனிமையானவர்கள்தாம். ஆனால் மற்றவர் களுடைய குறைகளைச் சுட்டிக் காட்டிக் கேலி செய்வது அவர்களுக்குப் பிடித்திருந்தது. கோமாளிக்கு ஒரு கால் இல்லை, பித்ரூஷ்காவுக்கு மூக்கு நீளம், கார்ல் இவானவிச்சுக்கு வழுக்கை மண்டை, ஜிப்சி கொள்ளிக் கட்டை போல் இருக்கிறான் என்று நொடித்தார்கள். எல்லோரையும் விட அதிகமாக அவர்களுடைய குத்தல் பேச்சுகளுக்கு ஆளானான் வான்கா.

"இவன் கொஞ்சம் பட்டிக்காட்டான்" என்றாள் காத்தியா.

"அதோடு தற்பெருமைக்காரன் வேறு" என்றாள் ஆனியா.

ஆட்ட பாட்டங்கள் முடிந்த பிறகு எல்லோரும் சாப்பிட உட்கார்ந்தார்கள். பிரமாதமான விருந்து தொடங்கிற்று. உண்மையான பிறந்தநாள் கொண்டாட்டத்தில் போலவே நடந்தது விருந்து, ஆனாலும் சின்னச் சின்னத் தகராறுகள் ஏற்படாமல் இருக்கவில்லை. கரடி கறிவடைக்குப் பதில் தவறுதலாக முயலைத் தின்னப் பார்த்தது. ஜிப்சி ஸ்பூனைத் திருடிப் பைக்குள் வைத்துக்கொள்ளப் போனான். இதனால் பம்பரத்துக்கும் ஜிப்சிக்கும் அடிபிடி சண்டை ஏற்படத் தொடங்கியது. சண்டைக்காரன் என்று பெயர் பெற்றிருந்த பித்ரூஷ்கா தன் மனைவி மத்ரியோனாவோடு அற்ப விஷயத்துக்காகச் சண்டை போட்டுக்கொண்டான்.

கார்ல் இவானவிச் அவளைத் தேற்றினான். "ஆத்திரப் படாதீர்கள், மத்ரியோனா இவானவ்னா, உங்கள் கணவர் நல்லவர்தாம்... சொல்லுங்கள், உங்கள் தலை வலிக்கிறதோ? என்னிடம் கைகண்ட மருந்து இருக்கிறது..."

"கிடக்கிறாள் விடுங்கள், டாக்டர். இவள் சகிக்கவே முடியாத பெண்பிள்ளை... ஆனால் ஒன்று, நான் இவளை ரொம்ப காதலிக்கிறேன். மத்ரியோனா இவானவ்னா, முத்தம் இட்டுக்கொள்வோம்" என்றான் பித்ருஷ்கா.

"சபாஷ்!" என்று கத்தினான் வான்கா. "சச்சரவு செய்வதை விட இது எவ்வளவோ நல்லது. ஆட்கள் சண்டை போடுவதை என்னால் சகிக்கவே முடியாது. அதோ பாருங்கள்..."

3

ஆமாம், இந்தக் களேபரம் எப்படி நேர்ந்தது? நடந்ததை எல்லாம் ஒழுங்காகச் சொல்லுவது ரொம்பக் கடினம், ஏனென்றால் இதில் பங்கு கொண்டவர்கள் யாருக்குமே நடந்தது எல்லாம் நினைவில்லை, அதாவது அலியோனுஷ்காவின் செருப்பைத் தவிர. அது நடக்கப் போவதை தெரிந்துகொண்டு சோபாவுக்கு அடியில் ஒளிந்துகொண்டது.

ஆக, நடந்தது இதுதான். வான்காவுக்கு வாழ்த்து தெரிவிப்பதற்காக முதலில் வந்தன கனசதுரக் கட்டைத் துண்டுகள்... இல்லை, இதுவும் சரி அல்ல. விவகாரம் தொடங்கியது இதிலிருந்தே அல்ல. கனசதுரக் கட்டைத் துண்டுகள் வரத்தான் செய்தன, ஆனால் நடந்தவற்றுக்குப் பொறுப்பாளி கருவிழியளான காத்தியாதான். ஆமாம், அவளேதான்!... அந்த அழகான வஞ்சகி விருந்து முடிவிலேயே ஆனியாவின் காதோடு கிசுகிசுத்தாள்:

"நீ என்ன நினைக்கிறாய், ஆனியா, இங்கே எல்லோரிலும் அழகானவர் யார்?"

கேள்வி சர்வ சாதாரணமாகத் தோன்றலாம், ஆனால் மத்ரியோனா இவானவ்னாவுக்கு ரோசம் பொத்துக்கொண்டு வந்துவிட்டது.

“என் புருஷன் பித்ரூஷ்கா அவலட்சணமானவன் என்றா நினைக்கிறீர்கள்?'' என்று காத்தியாவிடம் நேராகக் கேட்டாள்.

‘‘அப்படி யாரும் நினைக்கவில்லை, மத்ரியோனா இவானவ்னா'' என்று சமாதானப்படுத்தப் பார்த்தாள் காத்தியா, ஆனால் அதற்குள் நேரம் கடந்து விட்டது.

“அவனுடைய மூக்கு கொஞ்சம் பெரிதுதான், ஆனால் பக்கவாட்டில் பார்த்தால்தான் இது தெரியும்... தவிரவும், பயங்கரமாகக் கீச்சிடுவது, எல்லோரோடும் சண்டை பிடிப்பது என்ற கெட்ட பழக்கம் அவனுக்கு உண்டு. ஆனாலும் அவன் பெருந்தன்மை உள்ளவன். மூளையைப் பொறுத்த வரையில்...'' என்று சொல்லிக்கொண்டு போனாள் மத்ரியோனா இவானவ்னா.

பொம்மைப் பெண்கள் ஒரே கிளர்ச்சியுடன் வாய்ச் சண்டை போட்டதால் எல்லோருடைய கவனமும் அவர்கள் பக்கம் திரும்பியது. எல்லோருக்கும் முன்னால் அவர்கள் பேச்சில் குறுக்கிட்டவன் பித்ரூஷ்காவே தான்.

‘‘சரிதான், மத்ரியோனா இவானவ்னா... இங்கே எல்லோரையும் விட அழகானவன் நான்தான்!”

இதைக் கேட்ட எல்லா ஆண்களுக்கும் மனத்தாங்கல் ஏற்பட்டது. இந்தப் பித்ரூஷ்கா எப்பேர்ப்பட்ட தற்பெருமைக் காரன் பாருங்களேன்! கேட்கவே பிடிக்கவில்லை! கோமாளி பேச்சில் வல்லவன் அல்ல, ஆகையால் பேசாமலே ரோசப்பட்டான். ஆனால் டாக்டர் கார்ல் இவானவிச் உரக்கச் சொன்னான்:

‘‘அப்படியானால் நாம் எல்லோரும் அவலட்சணம் பிடித்தவர்களாக்கும்? உங்களை வாழ்த்துகிறேன், திருவாளர்களே...''

உடனே பெருங் கூச்சல் கிளம்பிற்று. ஜிப்சி தன் பேச்சில் ஏதோ கத்தினான், கரடி உறுமியது, ஓநாய் ஊளையிட்டது, சாம்பல் நிற ஆட்டுக் குட்டி கத்தியது, பம்பரம் கிர்ர்–ரென்று சுழன்றது. சுருங்கச் சொன்னால் எல்லோருக்குமே கடுமையான வருத்தம் உண்டாயிற்று.

“திருவாளர்களே, நிறுத்துங்கள்! பித்ரூஷ்காவின் பேச்சை மறந்து விடுங்கள்... அவர் சும்மா வேடிக்கைக்குச் சொன்னார்” என்று எல்லோரையும் சமாதானப்படுத்தப் பார்த்தான் வான்கா.

ஆனால் அவனுடைய முயற்சி பலிக்கவில்லை. எல்லோரையும் விட அதிக கோபம் அடைந்தான் கார்ல் இவானவிச். மேசை மேல் முட்டியால் குத்தக் கூடச் செய்தான் அவன்.

“திருவாளர்களே, விருந்து உபசாரம் பிரமாதந்தான், குறையே சொல்ல முடியாது! நாம் விகாரமானவர்கள் என்று சொல்லத்தான் நம்மை விருந்துக்கு அழைத்திருக்கிறார்கள்...”

“அன்புள்ள சீமாட்டிகளே, அன்புள்ள சீமான்களே!” என்று எல்லோரையும் விடச் சத்தம் போட்டுப் பேச முயன்றான் வான்கா. “இந்த விஷயத்தைப் பொறுத்தவரை, இங்கே அழகில்லாதவன் ஒருவன்தான். நான்தான் அந்த ஆள்... இப்போது உங்களுக்குத் திருப்திதானே?”

அப்புறம்... பொறுங்கள், எப்படி நடந்தது இது? ஆமாம், நடந்தது இதுதான். கார்ல் இவானவிச் ஒரேயடியாகக் கோபம்கொண்டு பித்ரூஷ்காவை நெருங்கினான். விரலை ஆட்டிப் பித்ரூஷ்காவைப் பயமுறுத்தி இந்த மாதிரி சொன்னான்:

“நான் கல்விமானாக இல்லாமலும் நாகரிக சமூகத்தில் ஒழுங்காகப் பழகத் தெரியாதவனாகவும் இருந்தால், நீங்கள் பெரிய முட்டாள் என்று கூடச் சொல்லியிருப்பேன்.”

பித்ரூஷ்காவின் சண்டைக் குணத்தை அறிந்திருந்த வான்கா அவனுக்கும் டாக்டருக்கும் நடுவில் நிற்க விரும்பினான். ஆனால் போகிற போக்கில் பித்ரூஷ்காவின் நீள மூக்கில் இடித்துவிட்டான். தன்னை இடித்தது வான்கா அல்ல, டாக்டர்தான் என்று பித்ரூஷ்கா எண்ணினான்... அவ்வளவுதான், தொடங்கியது பெருத்த அமளி!... பித்ரூஷ்கா டாக்டரை மொத்தினான். ஒரு பக்கமாக உட்கார்ந்திருந்த ஜிப்சி ஒரு காரணமும் இல்லாமல் கோமாளியை அடித்து நொறுக்கத் தலைப்பட்டான். கரடி உறுமிக் கொண்டே ஓநாய் மேல் பாய்ந்தது. பம்பரம் தன்

வெற்றுத் தலையால் ஆட்டுக் குட்டியை முட்டியது. பொம்மைப் பெண்கள் மெல்லிய குரல்களில் கீச்சிட்டார்கள், மூன்று பேரும் ஒரே நேரத்தில் மூர்ச்சையானார்கள்.

''ஐயோ, எனக்கு மயக்கமாய் வருகிறது!'' என்று கத்தியபடி, சோபாவில் விழுந்தாள் மத்ரியோனா இவானவ்னா.

''திருவாளர்களே, இது என்ன அமர்க்களம்? திருவாளர்களே, இன்றைக்கு என் பிறந்தநாள் ஆயிற்றே... திருவாளர்களே, இது மரியாதை கெட்ட நடத்தை!'' என்று கூச்சல் போட்டான் வான்கா.

எல்லோரும் ஒன்றாகக் கலவரப்பட்டதால் யார் யாரை அடிக்கிறார்கள் என்று தெரிந்துகொள்வது கடினமாய் இருந்தது. சண்டை போட்டவர்களை விலக்கி விட வான்கா வீணாக முயன்றான். முடிவில் கையில் அகப்பட்டவர்கள் எல்லோரையும் அவனே அடித்து நொறுக்கினான். எல்லோரையும் விட அதிகப் பலசாலி அவனே ஆகையால் விருந்தாளிகள் பாடு மோசம் ஆயிற்று.

டாக்டரை நன்றாக வலிக்கும்படி அடிக்க முயன்ற பித்ரூஷ்கா, "காப்பாற்றுங்கள்! ஐயையோ, காப்பாற்றுங்களேன்! பித்ரூஷ்காவைக் கொல்கிறார்களே!" என்று எல்லோரையும் விடச் சத்தம் போட்டுக் கத்தினான்.

விருந்தாளிகள் சண்டை போட்டார்கள், வெகு நேரம் அடித்துக் கொண்டார்கள். முடிவில் வான்கா பொம்மைப் பெண்கள் தவிர மற்றவர்கள் எல்லோரையும் வெளியே தள்ளிவிட்டான். மூர்ச்சையாகக் கிடப்பது மத்ரியோனா இவானவ்னாவுக்கு வெகுநேரத்துக்கு முன்பே அலுத்துப் போய்விட்டது. அவள் ஒரு கண்ணைத் திறந்து, "கனவான்களே, நான் எங்கே இருக்கிறேன்? டாக்டர், பாருங்கள், நான் உயிரோடு இருக்கிறேனா?" என்று கேட்டாள்.

அவளுக்கு யாரும் பதில் சொல்லவில்லை. ஆகையால் மத்ரியோனா இவானவ்னா மறு கண்ணைத் திறந்தாள். அறை வெறுமையாய் இருந்தது. வான்கா அறை நடுவில் நின்று ஆச்சரியத்துடன் சுற்று முற்றும் பார்த்துக் கொண்டிருந்தான். ஆனியாவுக்கும் காத்தியாவுக்கும் கூட நினைவு தெளிந்து விட்டது. அவர்களும் ஆச்சரியப் பட்டார்கள்.

“இங்கே ஏதோ பயங்கரம் நடந்திருக்கிறது. பிறந்தநாள் கொண்டாடியவன் நல்ல ஆள்தான் போ!” என்றாள் காத்தியா.

பொம்மைப் பெண்கள் ஒன்றாக வான்கா மேல் கேள்வி மழை பொழிந்தார்கள். அவனுக்கோ, என்ன பதில் சொல்வது என்றே தெரியவில்லை. அவனை யாரோ தாக்கினார்கள், அவனும் யாரையோ அடித்தான், எதற்காக, ஏன் என்பது தெரியவில்லை.

“இதெல்லாம் எப்படி நடந்ததோ, எனக்குத் தெரியவே தெரியாது. முக்கியமானது என்ன என்றால், வருத்தமாய் இருக்கிறது: எனக்கு எல்லோரும் வேண்டியவர்கள்தானே. எல்லோரையும் எனக்குப் பிடிக்குமே” என்று கைகளை விரித்துக்கொண்டு சொன்னான் வான்கா.

“விருந்தாளிகளைத் திரும்ப அழைக்க வேண்டும்... இன்னும் கொஞ்ச நேரம் கொண்டாட்டம் நடத்துவோம்” என்றாள் காத்தியா.

விருந்தாளிகள் மறுக்காமல் திரும்பி வந்தார்கள். ஒருவர் கண்ணில் அடி பட்டிருந்தது, ஒருவர் நொண்டினார். பித்ரூஷ்காவின் மூக்கில்தான் வேறு இடங்களை விடக் கடுமையான அடி பட்டிருந்தது.

எல்லோரும் செருப்பையும் முயலையும் திட்டினார்கள். “படு கொள்ளைக்காரர்கள்! இதை யார்தான் நினைத்திருக்க முடியும்?” என்று திருப்பித் திருப்பிச் சொன்னார்கள்.

“கண் தலை தெரியாமல் சண்டை போட்டதில் நான் ஒரேயடியாகக் களைத்துப் போனேன்” என்று முனகிய வான்கா, “அட, நடந்ததை நினைத்துப் பயனில்லை... நான் வன்மம் பாராட்டுபவன் அல்ல. எங்கே வாத்தியங்கள்? சங்கீதம் முழங்கட்டும்!” என்றான்.

“ட்ரட்–டா! டட்–டட்–டா!” என்று மறுபடி கொட்டியது டமாரம். “த்ருத்–தூ! ரு–ரு–ரூ!” என்று ஊதின குழல்கள்.

“ஹுர்ரே, வான்கா!” என்று ஆவேசத்தோடு வெற்றி முழக்கம் செய்தான் பித்ரூஷ்கா.

5. சிவ்வுச் சிட்டுக்குருவியும் முள்மீன் சுள்ளானும் புகைபோக்கி துடைப்பான் யாஷாவும்

1

சிவ்வுச் சிட்டுக்குருவியும் முள்மீன் சுள்ளானும் பெரிய நண்பர்கள். கோடைக் காலத்தில் சிட்டுக்குருவி நாள்தோறும் ஆற்றுக்குப் பறந்து வந்து, "டேய், தம்பீ! வணக்கம்!... நீ நலந்தானே?" என்று கத்தியது.

''மோசமில்லை, அண்ணே. நன்றாக வாழ்ந்துகொண்டிருக் கிறேன். வாயேன், என் வீட்டுக்கு விருந்தாட. இங்கே ஆழமான இடங்களில் அருமையாய் இருக்கும்... தண்ணீரில் இழுப்பு இருக்காது. வகை வகையான நீர்ப்பூண்டுகள் எவ்வளவு வேண்டுமானாலும் கிடைக்கும். தவளை முட்டைகளும் புழுக்களும் நீர்ப் பூச்சிகளும் தின்னத் தருவேன்'' என்று சொல்லியது முள்மீன்.

"நன்றி, தம்பீ! உன் வீட்டுக்கு விருந்தாட மகிழ்ச்சியோடு வந்திருப்பேன், ஆனால் தண்ணீர் எனக்கு ஆகாது. கூரை மேல் உள்ள என் கூட்டுக்கு நீதான் பறந்து வாயேன்... காட்டுப் பழங்கள் உனக்குத் தின்னத் தந்து உபசரிப்பேன். என்னிடம் பழத் தோட்டமே இருக்கிறது. அப்புறம் ரொட்டித் துண்டும் ஓட்ஸ் தானியமும் சர்க்கரைக் கட்டியும் உயிருள்ள கொசுவும் தேடிப் பிடிப்போம். உனக்குச் சர்க்கரைக் கட்டி பிடிக்கும் அல்லவா?"

"அது எப்படி இருக்கும்?"

"வெள்ளையாய் இருக்கும்."

"ஆற்றிலே உள்ள கூழாங்கற்கள் மாதிரியா?"

''அப்படித்தான். ஆனால் கொத்திப் பார்த்தால்

இனிக்கும். உன் கூழாங்கல்லைத் தின்ன முடியாதே. பறந்து போவோமா கூரைக்கு?"

"வேண்டாம். எனக்குப் பறக்கத் தெரியாது, தவிரவும் காற்றில் எனக்கு மூச்சு முட்டும். தண்ணீரில் சேர்ந்து நீந்துவோம், வாயேன். நான் உனக்கு எல்லாவற்றையும் காட்டுவேன்...."

"தண்ணீரிலேயே கிடப்பது உனக்கு அலுத்துப் போகாதது எப்படி? தண்ணீரில் ஒரே ஈரம், சளி வேறு பிடித்துவிடும்..." என்று அடிக்கடி வியப்புடன் கேட்டது சிட்டுக்குருவி.

முள்மீனோ, தானும் வேறு காரணத்தினால் ஆச்சரியப்பட்டது:

"ஆமாம் அண்ணே, பறப்பது உனக்கு எப்படி அலுக்காமல் இருக்கிறது? வெயிலில் ஒரே வெக்கையாய் இருக்கும், மூச்சு முட்டிப் போகுமே. என்னுடைய இடம் எப்போதும் குளுகுளுவென்று இருக்கும். வேண்டியபடி நீந்தலாம். பயப்படாதே. கோடையில் எல்லோரும் இந்த ஆற்றுத் தண்ணீரில் இறங்கிக் குளிக்கிறார்கள்... கூரை மேல் உன்னிடம் யார் வருவார்கள்?"

"எத்தனை பேர் வருகிறார்கள் தெரியுமா தம்பீ!... எனக்குப் பெரிய நண்பன் ஒருவன் உண்டு. புகைபோக்கி துடைக்கும் யாஷா. அவன் ஓயாமல் என் இருப்பிடத்துக்கு வருவான்... குதூகலப் பேர்வழி அந்தப் புகைபோக்கி துடைப்பான். எப்போதும் பாட்டுக்கள் பாடிக்கொண்டிருப்பான். புகைபோக்கியைச் சுத்தம் செய்துகொண்டே பாடுவான். வேலை முடிந்ததும் இளைப்பாற உட்கார்ந்து, ரொட்டியை எடுத்துத் தின்பான். நான் பொருக்குகளைக் கொத்துவேன். மனமொத்த நண்பர்கள் நாங்கள். எனக்கும் குதூகலமாய் இருக்கப் பிடிக்குமே."

நண்பர்கள் மீனுக்கும் குருவிக்கும் நேர்ந்த சங்கடங்களும் கிட்டத்தட்ட ஒரே மாதிரியானவை. உதாரணமாக, பனிக்காலம். பாவம், சிட்டுக்குருவி குளிரில் விறைத்துப் போகும். சில நாட்களில் கடுங் கூதல் அடிக்கும். நெஞ்சே குளிரில் உறைந்துவிடுமோ என்று தோன்றும். சிட்டுக் குருவி

இறகுகளைச் சிலுப்பிக் கொண்டு, கால்களை உடம்புக்கு அடியில் முடக்கியபடி உட்கார்ந்திருக்கும். குளிரிலிருந்து தப்புவதற்கு ஒரே வழி, புகை போக்கிக்குள்ளே புகுந்து எங்காவது ஒண்டிக்கொண்டு கொஞ்ச நேரம் சூடேற்றிக்கொள்வதுதான். ஆனால் அதிலும் ஆபத்து உண்டு.

தன் அருமை நண்பன் புகைபோக்கி துடைப்பானின் கவனப் பிசகால் சிட்டுக்குருவி ஒரு தடவை சாகப் பார்த்தது. ஒருநாள் புகைபோக்கி துடைப்பான் வந்து இரும்புக் குண்டு கட்டிய துடைப்பக் கோலைப் புகைபோக்கிக்குள் திடீரென்று நுழைத்தான். சிவ்வுச் சிட்டுக்குருவியின் மண்டை உடையாமல் மயிரிழையில் உயிர் தப்பியது. அது புகைபோக்கிக்கு உள்ளிருந்து விர்ட்டென்று வெளியே பறந்து வந்தது. புகைபோக்கி துடைப்பவனை விட மோசமாகப் புகைக்கரி படிந்திருந்தது அதன் மேல்.

“என்ன செய்கிறாய் நீ, யாஷா அண்ணே? இப்படிக் கண்மூடித்தனம் செய்தால் பிறத்தியாரைச் சாக அடித்துவிடலாமே...” என்று இரைந்தது.

“நீ புகைபோக்கியில் உட்கார்ந்திருந்தது எனக்கு எப்படித் தெரியும்?”

“இனிமேலாவது விழிப்போடு இரு. நான் உன் மண்டையில் இரும்புக் குண்டால் இடித்தால் எப்படி இருக்கும்? நன்றாய் இருக்குமா?”

முள்மீன் சுள்ளானுக்கும் பனிக் காலம் இனியதாய் இல்லை. அது சேற்றில் அதிக ஆழமான இடத்துக்குப் போய் நாள் முழுவதும் தூங்கி வழிந்தது. ஒரே இருட்டும் குளிரும். அசையவே பிடிக்கவில்லை. எப்போதாவது சிவ்வுச் சிட்டுக்குருவி கூப்பிட்டால் அது பனிப்பாளத் துளையின் பக்கம் நீந்திப் போனது. சிட்டுக்குருவி பனிப்பாளத் துளைக்குப் பறந்து வந்து தாகம்தீரத் தண்ணீர் குடித்தது, பின்பு “டேய், முள்மீன் சுள்ளான், உயிரோடு இருக்கிறாயா?” என்று கத்தியது.

“உயிரோடுதான் இருக்கிறேன்... ஆனால் தூக்கமாய் வருகிறது ஓயாமல். மொத்தத்தில் படு மோசம். இங்கே

எல்லோரும் உறங்கிக் கொண்டிருக்கிறார்கள்" என்று தூக்கக் குரலில் பதில் சொல்லியது முள்மீன்.

"எங்கள் இருப்பிடத்திலும் நிலைமை நல்லபடியாக இல்லை, தம்பீ! என்ன செய்வது, பொறுத்துக்கொள்ள வேண்டியதுதான்... ஐயோ, எவ்வளவு கொடுமையான கூதல் அடிக்கிறது தெரியுமா?... தூங்குவது என்ற பேச்சுக்கே இடமில்லை... சூடேற்றிக் கொள்வதற்காக நான் ஓயாமல் ஒற்றைக் காலில் தத்திக்கொண்டிருக்கிறேன். மனிதர்கள் பார்த்துவிட்டு, "எவ்வளவு குதூகலம் உள்ள சிட்டுக்குருவி, பாருங்கள்!" என்று சொல்லுகிறார்கள். ஆகா, வெயில் காலம் வந்தால் எவ்வளவு நன்றாய் இருக்கும்!.... அட நீ என்ன, தம்பீ, மறுபடி தூங்கிவிட்டாயா?"

2

கோடையில் ஒரு நாள் புகைபோக்கி துடைப்பான் தன் வேலையை முடித்துவிட்டு, புகைக்கரியைக் கழுவிப் போக்கிக் கொள்வதற்காக ஆற்றுக்குப் போனான். சீழ்க்கை அடித்துக்கொண்டே நடந்தவன், திடீரென்று காச்சு மூச்சென்ற கூச்சலைக் கேட்டான். என்ன நடந்தது? வாத்துக்களும் தாராக்களும் தூக்கணாங் குருவிகளும் உள்ளான்களும் சிட்டுக்குருவிகளும் புறாக்களும் ஆற்றுக்கு மேலே வட்டமிட்டுக்கொண்டிருந்தன. எல்லாமே கத்துவதும் கூச்சல் போடுவதும் கெக்கலிப்பதுமாக இருந்தன. விஷயம் என்ன என்றே விளங்கவில்லை.

"ஏ பறவைகளா, என்ன நடந்தது?" என்று கத்தினான் புகைபோக்கி துடைப்பான்.

"இதுதான் நடந்தது..." என்று கேலியாகக் கிரீச்சிட்டது துடியான நீலச் சிட்டு. "ஒரே வேடிக்கை, ஒரே வேடிக்கை!... நம்முடைய சிவ்வுச் சிட்டுக்குருவி என்ன செய்கிறது, பார்... அதற்கு வெறி பிடித்துவிட்டது."

நீலச் சிட்டு மெல்லிய கீச்சுக் குரலில் சிரித்தது, வாலை நெளித்தது, பின்பு ஆற்றுக்கு மேலே வட்டமிட்டது.

“இந்தா, சிவ்வுச் சிட்டுக்குருவீ! என்ன தம்பீ, கூச்சல் போடுகிறாய் இங்கே?” என்று கேட்டான் புகைபோக்கி துடைப்பான்.

“இல்லை, நான் அதற்கு சரியான பாடம் கற்பிக்கிறேன்!” என்று இரைந்தது குருவி. வன்மத்தால் அதற்கு மூச்சு திணறியது. “நான் எப்பேர்ப்பட்டவன் என்று அது இனித் தெரிந்துகொள்ளும். பாழாய்ப் போன முள்மீன் சுள்ளானுக்குக் காட்டுகிறேன் பார்! என்னை நினைவு வைத்துக்கொள்ளும்படிச் செய்கிறேன் அந்தக் கொள்ளைக் காரப் பாவியை!...”

“இதன் பேச்சைக் கேட்காதே! இது சொல்லுவது எல்லாம் பொய்!” என்று தண்ணீரில் இருந்தபடியே புகைபோக்கி துடைப்பானிடம் சொல்லியது முள்மீன் சுள்ளான்.

“நான் சொல்லுவதா பொய்?” என்று கூப்பாடு போட்டது சிட்டுக்குருவி. “புழுவைத் தேடி எடுத்தது யார்? நான் சொல்லுவது பொய்யாம்!... அருமையான, கொழுத்த புழு! கரையில் தோண்டி எடுத்தேன் அதை... என்ன பாடு பட்டேன்... புழுவைக் கொத்திக் கூட்டுக்குக் கொண்டு போகப் புறப்பட்டேன். எனக்குக் குடும்பம் இருக்கிறதே. நான் இரை கொண்டு போக வேண்டும்... புழுவைக் கொத்தியபடி ஆற்றுக்கு மேலே சிறகடித்துக் கொண்டிருந்தேன், அப்போது இந்தப் பாழும் சுள்ளான் மீன் – இதை விழுங்க! – ‘பருந்து!’ என்று கத்தியது. நான் பயந்து போய் அலறினேன். புழு தண்ணீரில் விழுந்தது, முள்மீன் சுள்ளான் அதை விழுங்கிவிட்டது... பொய் சொல்லுவது நானா? உண்மையில் பருந்து இருக்கவே இல்லை...”

புகைபோக்கி துடைப்பான் கரையில் குந்தி, பக்கத்தில் நாணல் புதர் மேல் சாப்பாட்டு முடிச்சை வைத்துவிட்டு, கைகளையும் முகத்தையும் கழுவிக்கொண்டான். பிறகு சொன்னான்:

“நல்லது, தம்பிமாரே, இப்போது வழக்கை விசாரிப்போம்... இந்தா, சுள்ளான், நீ மீன். சிட்டுக்குருவீ, நீ பறவை. சரிதானே நான் சொல்லுவது?”

‘‘சரிதான், சரிதான்!’’ என்று கத்தின எல்லாப் பறவைகளும் மீன்களும்.

“மேலே பேசுவோம்! மீன் தண்ணீரில் வசிக்க வேண்டும், பறவை காற்றில் பறக்க வேண்டும். சரிதானே நான் சொல்லுவது? நல்லது... புழுவோ, மண்ணில் வசிக்கிறது. நல்லது. இப்போது பாருங்கள்...”

புகைபோக்கி துடைப்பான் தன் முடிச்சை அவிழ்த்து, கேழ்வரகு ரொட்டித் துண்டு ஒன்றைப் பாறை மேல் வைத்தான். அவனுடைய மதியச் சாப்பாடு அந்த ரொட்டித் துண்டு மட்டுந்தான். அவன் சொன்னான்:

“இதோ பாருங்கள்: இது என்ன? இது ரொட்டி. நான் இதை உழைத்துச் சம்பாதித்தேன், நான் இதைத் தின்பேன். இதைத் தின்று தண்ணீர் குடிப்பேன். அதாவது, மதியச் சாப்பாடு சாப்பிடுவேன். யாருக்கும் நான் கெடுதல் செய்ய மாட்டேன். மீனும் பறவையும் கூடச் சாப்பிட விரும்புகின்றன... உங்களுடைய தீனி தனி வகை! ஆகவே, சச்சரவு எதற்காக? சிட்டுக்குருவி புழுவைத் தோண்டி எடுத்தது என்றால் அதை உழைத்துச் சம்பாதித்தது என்று ஆகிறது. புழு அதற்குச் சொந்தம் என்றும் ஆகிறது...”

‘‘பொறுங்கள், மாமா...’’ என்று பறவைக் கூட்டத்திலிருந்து வந்தது மெல்லிய குரல்.

பறவைகள் விலகி, உள்ளான் குருவிக்கு வழிவிட்டன. அது மெல்லிய கால்களால் நடந்து புகைபோக்கி துடைப்பானிடம் போனது.

“மாமா, இது உண்மை அல்ல.”

“எது உண்மை அல்ல?”

“ஆமாம், நானாக்கும் புழுவைத் தோண்டி எடுத்தேன்.... இந்த வாத்துக்களைக் கேளுங்கள். அவை பார்த்துக் கொண்டிருந்தன. புழுவை நான் தோண்டி எடுத்தேன், சிட்டுக்குருவி பாய்ந்து திருடிக்கொண்டது.”

எண்ணங்களை ஒழுங்குபடுத்திக்கொண்டு அவன் முணுமுணுத்தான்: “இது எப்படி? ஏய், சிவ்வுச் சிட்டுக்குருவீ, நீ என்ன உண்மையில் மோசடியா செய்கிறாய்?”

“நான் பொய் சொல்லவில்லை, உள்ளான்தான் பொய் சொல்லுகிறது. வாத்துக்களோடு சேர்ந்து சூழ்ச்சி செய்திருக்கிறது...”

“நீ சொல்லுவது என்னவோ சரியாகப் படவில்லை, தம்பீ... ஹும்... ஆமாம்? புழு அற்ப விஷயந்தான், ஆனால் திருடுவது நல்லதல்ல. திருடிய பேர்வழி பொய் சொல்லவும் வேண்டும். சரிதானே நான் சொல்லுவது? ஊம்...”

“சரிதான்! சரிதான்!” என்று எல்லாம் மறுபடி கத்தின. “எதற்கும் நீ முள்மீனுக்கும் சிட்டுக்குருவிக்கும் ஏற்பட்ட வழக்கைத் தீர்த்து வை! அவர்களில் யார் சொல்லுவது உண்மை?... இரண்டும் கூச்சல் போட்டன, இரண்டும் சண்டை பிடித்தன, எல்லோரையும் உசுப்பிவிட்டன.”

“யார் சொல்லுவது உண்மை? அட குறும்புக்கார பிராணிகளே. முள்மீன் சுள்ளான், சிவ்வுச் சிட்டுக்குருவி, இரண்டுமே குறும்புக்கார பிராணிகள்... மற்ற பிராணிகளுக்கு உதாரணமாக உங்கள் இருவருக்கும் தண்டனை கொடுக்கப் போகிறேன்... ஊம், சட்டென்று சமாதானம் செய்து கொள்ளுங்கள், இப்போதே!”

“மெய்தான்! சமாதானம் செய்துகொள்ளட்டும்...” என்று எல்லாப் பிராணிகளும் ஒரே குரலில் கத்தின.

“உழைத்துப் புழுவைத் தோண்டி எடுத்த உள்ளானுக்கு ரொட்டிப் பொருக்குகள் தின்னக் கொடுப்பேன். எல்லாவற்றுக்கும் திருப்தி ஏற்படும்...” என்று முடிவு செய்தான் யாஷா.

“அருமையான முடிவு!” என்று எல்லாம் மறுபடி கத்தின.

புகைபோக்கி துடைப்பான் ரொட்டியை எடுக்கக் கையை நீட்டினான். ஆனால் அதைக் காணோம்.

புகைபோக்கி துடைப்பவன் வழக்கைத் தீர்த்துக் கொண்டிருந்த நேரத்தில் சிட்டுக்குருவி ரொட்டியைத் திருடிவிட்டது.

“அட கொள்ளைக்கார குருவி! அட போக்கிரி!” என்று ஆத்திரத்தோடு சொல்லின எல்லா மீன்களும் எல்லாப் பறவைகளும்.

திருட்டுக்குருவியைத் துரத்திப் பிடிக்கக் கிளம்பின எல்லாம். ரொட்டித் துண்டு கனமாய் இருந்ததால், அதை எடுத்துக்கொண்டு குருவியால் வெகு தூரம் பறக்க முடியவில்லை. மற்ற பறவைகள் சரியாக ஆற்றுக்கு மேலே அதை எட்டிப் பிடித்தன.

சரியான அடிபிடி சண்டை நடந்தது. ஒவ்வொன்றும் பிய்த்துப் பிடுங்கியதால் பொருக்குகள் சிதறி ஆற்றில் விழுந்தன. பின்பு மிச்சத் துண்டும் ஆற்றில் விழுந்தது. அங்கே மீன்கள் அதற்காகச் சண்டை போட்டன. மீன்களுக்கும் பறவைகளுக்கும் பலத்த போராட்டம் நடந்தது. ரொட்டித் துண்டு முழுவதும் பிய்ந்து பொருக்குகளாகச் சிதறிப் போனது. மீன்கள் பொருக்குகளை எல்லாம் தின்றுவிட்டன. ரொட்டித் துண்டிலிருந்து பெயருக்குக் கூட எதுவும் மிஞ்சவில்லை. ரொட்டித் துண்டு முழுவதையும் தின்ற பிறகுதான் எல்லாம் சுய நிதானத்துக்கு வந்தன. திருட்டுக் குருவியைத் துரத்தப் போய், வழியிலேயே திருட்டு ரொட்டியைத் தின்றுவிட்டோமே என்று எல்லாம் வெட்கம் அடைந்தன.

நகைப்பான் புகைபோக்கி துடைப்பான் யாஷா, கரையில் உட்கார்ந்து இதைப் பார்த்துச் சிரித்தான். எல்லாம் ஒரே கேலிக் கூத்தாக முடிந்துவிட்டது... எல்லாப் பிராணிகளும் அவனிடமிருந்து ஓடிப் போய்விட்டன. உள்ளான் குருவி மட்டுந்தான் இருந்தது.

"நீ ஏன் எல்லாவற்றோடும் பறந்து போகவில்லை?" என்று கேட்டான் யாஷா.

"எனக்கும் பறந்து போக ஆசைதான், நான் உருவத்தில் சின்னவன், மாமா. பெரிய பறவைகள் என்னைக் கொத்துமே..."

"அப்படியானால் இங்கே இருப்பதே உனக்கு நல்லது, உள்ளான் பிள்ளாய். நீயும் நானும் சாப்பாட்டைப் பறிகொடுத்துவிட்டோம். நாம் உழைத்தது போதாது என்று இதற்கு அர்த்தம்..."

6. கடைசி ஈயின் கதை

ஆகா, கோடையில் எவ்வளவு இன்பமாய் இருந்தது!... ஆகாகா, என்ன இன்பம்! எல்லாவற்றையும் வரிசையாகச் சொல்வது கூடக் கடினம். ஈக்கள் எத்தனை இருந்தன, ஆயிரக்கணக்கானவை. அவை பறந்தன, நொய்யென்று இரைந்தன, கும்மாளம் போட்டன.... சின்ன ஈக்குஞ்சு பிறந்து, இறக்கைகளை விரித்தபோது அதற்கும் குதூகலமாக இருந்தது.

ஈக்குஞ்சு தோட்டத்துக்கு ஆயிரம் தடவை பறந்து போயிற்று, பசும்புல் மேல் கொஞ்ச நேரம் உட்கார்ந்து பூத்துக் குலுங்கிய பவளக் குறிஞ்சியையும் மொக்குகள் விரியத் தொடங்கியிருந்த லிண்டன் தளிர்களையும் பாத்திகளில் இருந்த பூச்செடிகளையும் சற்று நேரம் வியந்து பார்த்துக்கொண்டிருந்தது. அதுவரை அதற்குத் தெரியாத தோட்டக்காரன் முன்கூட்டியே அக்கறை எடுத்துக் கொண்டு எல்லாவற்றையும் சீர்படுத்தியிருந்தான். ஆகா, எவ்வளவு நல்ல மனம் உள்ளவன் இந்தத் தோட்டக்காரன்!...

அப்புறம், மனிதர்கள் ரொம்ப நல்ல மனம் உள்ளவர்கள் ஆகையால், எங்கும் பல வகையான வசதிகளை ஈக்களுக்காகவே செய்து வைத்திருந்தார்கள். உதாரணமாக, அலியோனுஷ்கா காலையில் பால் குடித்தாள், பன் ரொட்டி தின்றாள், பிறகு ஓல்கா அத்தையிடம் சர்க்கரைக் கட்டி கேட்டு வாங்கிக்கொண்டாள். இப்படி எல்லாம் அவள் செய்தது, ஈக்களுக்காகச் சில துளிகள் பாலும் முக்கியமாக பன் ரொட்டிப் பொருக்குகளும் சர்க்கரைத் துணுக்குகளும் வைப்பதற்காகத்தான். இந்தப் பொருக்குகளையும் துணுக்குகளையும் விட ருசியானவை எவை இருக்க முடியும், அதிலும் காலை முழுவதும் பறந்துகொண்டேயிருந்து பசியால் வாடும்போது?... சமையல்காரி பாஷாவோ, அலியோனுஷ்காவையும் விட நல்ல மனம் உள்ளவள். ஈக்களுக்கு நன்மை செய்வதற்காகவே அவள் ஒவ்வொரு நாள் காலையிலும் கடைக்குப் போய், இறைச்சியும், சில

நாட்களில் மீனும், பாலாடை, வெண்ணெய் என்று அபூர்வ ருசி உள்ள பண்டங்களை வாங்கி வந்தாள். மொத்தத்திலேயே வீட்டில் எல்லோரையும்விட நல்ல மனம் உள்ள பெண்பிள்ளை அவள்.

ஓல்கா அத்தையோ? அடேயப்பா, இந்த அற்புதமான பெண்பிள்ளை ஈக்களுக்காகவே வாழ்ந்தாள் என்று தோன்றியது... ஈக்களுக்குப் பறக்க வசதியாய் இருக்க வேண்டும் என்பதற்காக அவள் ஒவ்வொரு நாள் காலையிலும் எல்லாச் சன்னல்களையும் தன் கைகளால் திறந்தாள். மழை பெய்தபோதும் கூதல் அடித்த போதுமோ, ஈக்கள் இறக்கைகளை நனைத்துக் கொள்ளக் கூடாது, அவைகளுக்குத் சளி பிடிக்கக்கூடாது என்பதற்காகச் சன்னல்களை மூடினாள். ஈக்களுக்குச் சர்க்கரையும் சிறு பழங்களும் நிரம்பப் பிடிக்கும் என்பதைக் கண்டுகொண்ட ஓல்கா அத்தை நாள்தோறும் சிறு பழங்களைச் சர்க்கரைப் பாகில் வேக வைத்தாள். அவள் எதற்காக இப்படி எல்லாம் செய்கிறாள் என்பதை ஈக்கள் உடனே புரிந்துகொண்டு, பழக்கூழ் வைத்த பாத்திரத்தில் நன்றி உணர்வு காரணமாக உடனே மொய்த்தன. அலியோனுஷ்காவுக்கும் பழக்கூழ் ரொம்பப் பிடித்தது. ஆனால் ஈக்களுக்கு வருத்தம் ஏற்படுத்தக்கூடாது என்பதற்காக ஓல்கா அத்தை அவளுக்கு ஒன்று அல்லது இரண்டு ஸ்பூன் பழக்கூழ்தான் கொடுத்தாள்.

ஈக்களால் ஒரே தடவையில் எல்லாவற்றையும் தின்ன முடியாததால் ஓல்கா அத்தை பழக்கூழில் ஒரு பகுதியைக் கண்ணாடிப் பாத்திரத்தில் (சுண்டெலிகள் தின்னாமல் இருப்பதற்காக. அவைகளுக்குப் பழக்கூழ் ஆகவே ஆகாதே) போட்டு வைத்து, அப்புறம் நாள்தோறும் தேநீர் சாப்பிட்ட போது ஈக்களுக்கு அதைக் கொஞ்சம் கொஞ்சமாகக் கொடுத்தாள்.

“மனிதர்கள் ஒன்றும் நீ நினைப்பது போல நல்ல மனது உள்ளவர்கள் அல்ல. வெளிப் பார்வைக்குத்தான் அப்படித் தோன்றுகிறார்கள்... இந்த வீட்டில் எல்லோரும் ஒருவரை ‘அப்பா’ என்கிறார்களே, அந்த ஆளை நீ கவனித்தாயா?” என்று கேட்டது பொடுபொடுப்பதில் விருப்பம் உள்ள ஒரு கிழட்டு ஈ.

"ஆமாம், கவனித்தேன்... அவர் ரொம்ப விந்தையான பேர்வழி. நல்ல மனதுள்ள நல்ல பாட்டி ஈயாரே, நீங்கள் சொல்வது முழுவதும் சரி... புகையிலைப் புகையை என்னால் தாங்கவே முடியாது என்று இந்த ஆளுக்கு நன்றாகத் தெரியுமே, அப்படியிருந்தும் இவர் எதற்காகச் சுங்கான் புகைக்கிறார்? எனக்குத் தொல்லை கொடுப்பதற்காக இவர் வேண்டுமென்றே இப்படிச் செய்கிறார் என்று நினைக்கிறேன்... தவிரவும், ஈக்களுக்காக எதுவுமே செய்ய இந்த மனிதருக்கு விருப்பம் இல்லை. அவர் ஓயாமல் எதையோ எழுதிக்கொண்டிருக்கிறாரே மையால், அந்த மையை நான் ஒரு தரம் ருசி பார்த்தேன். அனேகமாகச் சாகப் பார்த்தேன்... இது ஆத்திரமூட்டும் நடத்தை! மிகவும் அழகான, ஆனால் அனுபவமே இல்லாத இரண்டு ஈக்கள் இவருடைய மைக்கூட்டில் மூழ்கினதை நான் என் கண்களால் கண்டேன். இவர் பேனாவால் அவற்றில் ஒன்றை வெளியில் எடுத்து, காகிதத்தின் மேல் அருமையான கறையை ஏற்படுத்தினார். அது பயங்கரக் காட்சியாக இருந்தது..."

"இந்த அப்பாக்காரரிடம் நீதி அறவே கிடையாது என்று நான் நினைக்கிறேன். ஆனாலும் ஒரு நல்ல வழக்கம் இவரிடம் இருக்கிறது" என்றது அனுபவமுள்ள கிழட்டு ஈ. "சாப்பாட்டுக்குப் பிறகு இவர் பீர் குடிக்கிறார். இந்த வழக்கம் மோசமானதே அல்ல! பீர் குடிப்பதில் எனக்கும் தடை இல்லை என்று ஒப்புக்கொள்கிறேன். ஆனால் அதனால் என் தலைதான் சுற்றுகிறது... என்ன செய்வது, கெட்ட பழக்கம்!"

"எனக்கும்தான் பீர் பிடிக்கும்" என்று ஒப்புக்கொண்ட ஈக்குஞ்சு கூச்சத்தால் கொஞ்சம் சிவக்கக் கூடச் செய்தது. "பீர் குடித்தால் எனக்கு ஒரே களிப்பும் குதூகலமுமாக இருக்கிறது. ஆனால் மறுநாள் தலைதான் கொஞ்சம் வலிக்கிறது. இந்த அப்பாக்காரர் பழக்கூழ் சாப்பிடுவது இல்லை, சர்க்கரைக் கட்டியையோ, தேநீர் தம்ளரில்தான் போட்டுக் கொள்கிறார். அதனால் தான் இவர் ஈக்களுக்காக ஒன்றுமே செய்வதில்லை போல் இருக்கிறது. பழக்கூழ் சாப்பிடாத மனிதரிடம் நல்லது எதையும் எதிர்பார்ப்பது வீண் என்பது என் எண்ணம்... அந்த மனிதர் செய்யக் கூடியது எல்லாம் சுங்கானைப் புகைப்பதுதான்."

2

கோடை வெயில் சுள்ளென்று உறைத்தது, ஈக்களின் எண்ணிக்கையும் நாளுக்கு நாள் அதிகம் ஆகிக்கொண்டு போயிற்று. அவை பாலில் விழுந்தன, சூப்பிலும் மைக்கூட்டிலும் புகுந்தன, நொய்யென்று இரைந்தன, சுற்றிச் சுற்றிப் பறந்தன, எல்லாவற்றிலும் மொய்த்துத் தொல்லை கொடுத்தன. நம்முடைய சின்ன ஈக்குஞ்சோ, பெரிய ஈ ஆகிவிட்டது. பல சந்தர்ப்பங்களில் சாகப் பார்த்தது. முதல் தடவை அது பழக்கூழில் கால்களை விட்டுவிட்டு வெளியில் எடுக்கப் படாதபாடு பட்டது. இரண்டாவது தடவை எரிந்து கொண்டிருந்த விளக்கின் மேல் தூக்கக் கலக்கத்தில் பாய்ந்து இறக்கைகளைப் பொசுக்கிக்கொள்ளாமல் மயிரிழையில் தப்பியது. மூன்றாவது தடவை சன்னலின் இரட்டைக் கதவுகளுக்கு இடையில் சிக்கிக்கொள்ளப் பார்த்தது. மொத்தத்தில் இந்த மாதிரி நிகழ்ச்சிகள் நிறைய இருந்தன.

“என்ன இது இப்படி? இந்த ஈக்கள் பிழைக்கவே விடாது போல் இருக்கிறதே!...” என்று குறை சொன்ன சமையல்காரி, “பைத்தியம் பிடித்தவை போல எங்கும் நுழைகின்றனவே... இவைகளை ஒழித்துக்கட்ட வேண்டும்” என்றாள்.

அப்புறம் நடந்தது பயங்கரம். ஒருநாள் காலையில் பாஷா உணவுப் பண்டங்களோடு ரொம்ப ருசியான காகிதங்களின் கட்டு ஒன்றையும் கொண்டு வந்தாள். இந்தக் காகிதங்களைத் தட்டுக்கள் மேல் பரப்பி, சர்க்கரைத் தூள் தூவி, வெந்நீர் விட்டதும் இவை ருசியுள்ளவை ஆயின.

தட்டுக்களை நன்றாகத் தெரியும் இடங்களில் வைத்த சமையல்காரி பாஷா, “இதோ ஈக்களுக்கு அருமையான விருந்து!” என்றாள்.

ஏற்பாடு தங்களுக்காகத்தான் நடக்கிறது என்பதைப் பாஷா சொல்வதற்கு முன்பே ஊகித்துக்கொண்ட ஈக்கள் கும்மாளமடிக்கும் கும்பலாகப் புதிய தின்பண்டத்தின் மேல் பாய்ந்தன. நம்முடைய ஈயும் ஒரு தட்டின் மேல் பாய்ந்தது, ஆனால் அதை மற்றவை முரட்டுத்தனமாக நெட்டித் தள்ளி விட்டன.

‘‘என்ன இப்படி இடித்துத் தள்ளுகிறீர்கள், திருவாளர்களே?” என்று ரோசப்பட்டது நமது ஈ. “நான் ஒன்றும் பேராசை பிடித்தவள் அல்ல. மற்றவர்களிடமிருந்து எதையும் பறித்துக்கொள்ள மாட்டேன். பார்க்கப் போனால் இது மரியாதை கெட்ட செயல்...”

பிறகு நடந்தது அசம்பாவிதமான ஒன்று. எல்லாவற்றிலும் பேராசை பிடித்த ஈக்களுக்கு முதலில் தண்டனை கிடைத்தது...’’ அவை தொடக்கத்தில் குடி மயக்கம் உள்ளவை போலத் திரிந்தன. பிறகு ஒரேயடியாகச் சோர்ந்து விழுந்துவிட்டன. மறுநாள் காலையில் பாஷா ஒரு பெரிய தாம்பாளம் நிறையச் செத்த ஈக்களைக் கூட்டி வாரிக் கொட்டினாள். எல்லாவற்றிலும் நல்லறிவுள்ள ஈக்கள்தாம் பிழைத்திருந்தன. அவற்றில் நம்முடைய ஈயும் ஒன்று.

அப்போது அப்பா எனப்பட்ட திருவாளர் மிகவும் அழகான மூன்று கண்ணாடி மூடிகளைக் கொண்டு வந்து, அவற்றில் பீர் ஊற்றி, தட்டுகளின் மேல் அவற்றை வைத்தார்... எல்லாவற்றையும் விட நல்லறிவுள்ள ஈக்கள் கூட அவற்றில் சிக்கிக்கொண்டன. அந்த மூடிகள் ஈப்பொறிகள் என்பது தெரியவந்தது. பீர் மணத்துக்காகப் பறந்து வந்த ஈக்கள் மூடியில் சிக்கிக் கொண்டு, வெளிவர வழி தெரியாததால் அங்கேயே மாண்டன.

இந்த எல்லாத் தொல்லைகளின் காரணமாகவும் ஈக்களின் எண்ணிக்கை ஒரேயடியாகக் குறைந்தது. அதற்குள் வந்தது புது விபத்து. கோடைக்காலம் கழிந்துவிட்டது என்று தெரிந்தது. மழை பெய்யத் தொடங்கிற்று, குளிர் காற்று வீசியது, மொத்தத்தில் மோசமான பருவநிலை வந்துவிட்டது.

“கோடைக்காலம் கழிந்துவிட்டதா என்ன?’’ என்று ஆச்சரியப்பட்டன உயிர் பிழைத்திருந்த ஈக்கள். “சொல்லுங்கள், அது எப்போதுதான் கழிந்து முடியும்? இது கொஞ்சங்கூட நியாயம் இல்லாத சேதி... நின்று நிதானிப்பதற்குள் இலையுதிர் காலம் வந்துவிட்டதே.”

நஞ்சு தடவிய காகிதங்களையும் கண்ணாடி ஈப்பொறி களையும் விட மோசமாய் இருந்தது இது. கெட்ட பருவத்தின் தாக்குதலிலிருந்து தப்புவதற்கு ஈக்கள்

தங்களுடைய மிகக் கொடிய பகைவனான திருவாளன் மனிதனிடம் தான் அடைக்கலம் புகவேண்டியிருந்தது. ஐயோ! சன்னல்கள் இப்போது நாள் முழுவதும் மூடிக்கிடந்தன. சிறு பலகணித் திறப்புகள் கூட எப்போதாவது தான் திறக்கப்பட்டன. வெகுளிகளான அறை ஈக்களை ஏமாற்றுவதற்காகவே வெயில் கூட அடித்தது போல் இருந்தது. உதாரணமாக, இந்த மாதிரிக் காட்சி உங்களுக்கு எப்படித் தோன்றுகிறது? காலை வேளை. எல்லாச் சன்னல்களிலும் பளிச்சென்று அடிக்கும் வெயில் எல்லா ஈக்களையும் தோட்டத்துக்கு வரும்படி அழைப்பது போல் இருக்கிறது. கோடைக் காலம் திரும்பி வந்துவிட்டது என்று எண்ணலாம்... அப்புறம் நடப்பது என்ன? எளிதில் நம்பிவிடும் ஈக்கள் பலகணித் திறப்பு வழியாக வெளியே பறந்து போகின்றன. ஆனால் வெயிலில் ஒளிதான் இருக்கிறதே தவிர சூடு இல்லை. ஈக்கள் வீட்டுக்குத் திரும்பி வருகின்றன. ஆனால் பலகணித் திறப்பு இப்போது மூடியிருக்கிறது. தங்களுடைய வெகுளித்தனமான நம்பிக்கை காரணமாகவே ஏராளமான ஈக்கள் குளிர் மிகுந்த இலையுதிர் கால இரவுகளில் இந்த மாதிரி மடிந்தன.

இலையுதிர் காலம் தொடங்கியது முதல் எல்லா ஈக்களுக்கும் ஒரே சோர்வும் சிடுசிடுப்பும் வந்துவிட்டன. அனேகமாக எல்லா ஈக்களின் சுபாவமும் கெட்டுவிட்டது. முன்பு இருந்த மகிழ்ச்சியின் சுவடே ஒரு ஈயிடமும் இல்லை. எல்லாமே துயரமும் சோர்வும் அதிருப்தியும் உள்ளவை ஆகிவிட்டன. முன்பு அவை கடித்ததே இல்லை.

நம்முடைய ஈ தனக்குத் தானே அடையாளம் தெரியாதபடி சுபாவத்தில் ஒரேயடியாக மாறிவிட்டது. முன்பெல்லாம் மற்ற ஈக்கள் மடிந்தபோது அது இரக்கப்பட்டது. இப்போதோ, தன்னைப் பற்றி மட்டுமே எண்ணியது.

“செத்தால் சாகட்டும், எனக்கு அதிகப் பண்டங்கள் கிடைக்கும்” என்று தன்னுடைய எண்ணத்தை வெளியே சொல்லக்கூட அதற்கு வெட்கமாய் இருந்தது.

இந்தக் கொடிய எண்ணங்களைப் புரிந்துகொண்டவை போல மற்ற ஈக்கள் நூற்றுக்கணக்கில் மடிந்தன. அவை சாகக்கூட இல்லை, தூக்கத்தில் ஆழ்ந்தன. நாளுக்கு நாள்

அவைகளுடைய எண்ணிக்கை குறைந்துகொண்டு போயிற்று. ஆகவே நஞ்சு தடவிய காகிதங்களோ, கண்ணாடி ஈப்பொறிகளோ தேவையே படவில்லை. ஆனால் நம்முடைய ஈக்கு இதுவும் போதவில்லை. தன்னந்தனியாகத் தான் மட்டும் மிஞ்ச வேண்டும் என்று அது ஆசைப்பட்டது. ஐந்து அறைகள், ஈயோ, ஒன்றே ஒன்றுதான், எவ்வளவு அருமை, எண்ணிப் பாருங்கள்!

அந்த இன்ப நாளும் வந்தது. அதிகாலையில் நம்முடைய ஈ வெகு நேரம் கழித்து விழித்துக்கொண்டது. வெகு காலமாகவே புரியாத ஒரு வகைக் களைப்பு அதற்கு உண்டாகிக் கொண்டிருந்தது. அடுப்படியில் தன் மூலை இடத்தில் அசையாமல் உட்கார்ந்திருப்பது அதற்குப் பிடித்தது. வழக்கத்துக்கு மாறான ஒன்று நிகழ்ந்திருப்பதாகத் திடீரென்று ஒருநாள் அதற்குத் தோன்றியது. சன்னலின் பக்கத்தில் பறந்து போனதுமே எல்லாம் தெளிவாகிவிட்டது. முதல் வெண்பனி பெய்திருந்தது.... பளிச்சென்று வெள்ளை விரிப்பு தரையைப் போர்த்தியிருந்தது.

மற்ற ஈக்கள் எல்லாம் ஒன்று பாக்கி இல்லாமல் மறைந்துவிட்டதை அப்புறம் கவனித்தது நமது ஈ. பாவம், முதல் குளிரைத் தாங்க முடியாமல் அதுஅது இருந்த இடத்தில் உறங்கிவிட்டது. வேறு சமயத்தில் நமது ஈ அவற்றுக்காக வருத்தப்பட்டிருக்கும். இப்போதோ, இந்த மாதிரி நினைத்தது:

“ரொம்ப நல்லது... இப்போது நான் தன்னந்தனி! என்னுடைய பழக்கூழையும் என்னுடைய சர்க்கரையையும் என்னுடைய பொருக்குகளையும் வேறு யாருமே தின்னப் போவதில்லை... ஆகா, எவ்வளவு நல்லது!”

அறை நெடுகிலும் சுற்றிப் பறந்து தான் தன்னந் தனி என்பதை இன்னொரு தரம் உறுதிப்படுத்திக்கொண்டது. இப்போது என்ன வேண்டுமானாலும் தடையில்லாமல் செய்யலாம். அறைகள் நல்ல கதகதப்பாக இருந்தது எவ்வளவு நல்லது! வெளியே பனிக்காலம், ஆனால் அறைகளிலோ, கதகதப்பும் வசதியும், அதிலும் விளக்குகளும் மெழுகுவர்த்திகளும் மாலை நேரத்தில் ஏற்றப்பட்ட பிறகு ரொம்பக் குதூகலம். ஆனால் முதலாவது விளக்குடன் ஒரு

சின்ன மோதல் ஏற்பட்டது. ஈ மறுபடியும் விளக்குத் தழல் மேல் பாயப் போய், பொசுங்கப் பார்த்தது.

சூடு பட்ட கால்களைத் தேய்த்துக்கொண்டு நினைத்தது ஈ : “இது ஈக்களைப் பிடிப்பதற்கான பனிக்காலப் பொறி போல் இருக்கிறது. என்னை உங்களால் ஏய்க்க முடியாது... ஓ, எனக்கு எல்லாம் நன்றாகப் புரிகிறது!.... கடைசி ஈயை எரிக்கவா பார்க்கிறீர்கள்? எனக்கு எரிந்து போக விருப்பமே இல்லை... சமையலறையில் உள்ள அடுப்புந்தான். அதுவும் ஈக்களைக் கொல்வதற்கான பொறி என்பது எனக்குத் தெரியாதா என்ன?”

கடைசி ஈ சந்தோஷமாக இருந்தது கொஞ்ச நாட்களுக்குத்தான். அப்புறம் திடீரென்று அதற்கு அலுப்பு தட்டிவிட்டது. சலிப்பு என்றால் சொல்லவே முடியாத அளவு சலிப்பு. இதமான வெப்பத்தில் அது வாழ்ந்தது, அதற்கு வயிறு நிறையத் தின்னக் கிடைத்தது, ஆனால் பிறகு, அதற்குச் சலிப்பு ஏற்படத் தொடங்கியது.

கடைசி ஈ தன்னுடைய தனிமையைப் பற்றி என்னதான் முறையிட்டும் கூட ஒருவருமே அதைப் புரிந்துகொள்ள விரும்பவில்லை. இதெல்லாம் அதற்கு முன்னை விட அதிக எரிச்சல் உண்டாக்கவே, அது பைத்தியம் பிடித்தது போல மனிதர்களைத் தொந்தரவு செய்யத் தலைப்பட்டது. ஒருவர் மூக்கின் மேல் உட்கார்ந்தது, மற்றவர் காதின் மேல் அமர்ந்தது, இல்லாவிட்டால் கண்களுக்கு எதிரே முன்னும் பின்னும் பறந்தது.

“அட கடவுளே, நான் தன்னந்தனி ஆகிவிட்டேன், எனக்கு ஒரே சலிப்பாய் இருக்கிறது என்பதை நீங்கள் ஏன் புரிந்துகொள்ள மாட்டோம் என்கிறீர்கள்!'' என்று ஒவ்வொருவர் காதிலும் அது கீச்சிட்டது. “உங்களுக்குப் பறக்கக் கூடத் தெரியாது, அதனால்தான் சலிப்பு என்பது என்ன என்றே அறியாதிருக்கிறீர்கள். யாரேனும் என்னோடு விளையாடினாலாவது பரவாயில்லை...”

எல்லோர் மேலும் வந்த எரிச்சலில் கடைசி ஈக்கே பயமாய் இருந்தது. அது பறந்தது, நொய்யென்று இரைந்தது, கீச்சிட்டது... ஒரு மூலையில் உட்கார்ந்திருந்த சிலந்திக்கு முடிவில் அதன் மேல் இரக்கம் உண்டாயிற்று.

“அருமை ஈயாரே, என்னிடம் வாருங்கள்... என் வலை எவ்வளவு அழகு, பாருங்கள்!” என்றது.

“பணிவோடு நன்றி தெரிவிக்கிறேன்... நல்ல நண்பன்தான் கிடைத்தாய் போ! உன்னுடைய அழகான வலை எப்பேர்ப்பட்டது என்பது எனக்குத் தெரியும். ஒரு காலத்தில் நீ மனிதனாய் இருந்திருப்பாய், இப்போது சிலந்தியாக வெறுமே பாவனை செய்கிறாய்.”

பனிக்காலம் முடிவு இல்லாமல் நீண்டுகொண்டு போனது. கோடைக் காலம் இனி வரவே வராது என்று எண்ணத் தலைப்பட்டது கடைசி ஈ. அதற்குச் சாக விருப்பம் உண்டாயிற்று, அது வாய்க்குள் அழுதது. பனிக் காலத்தை மனிதர்கள்தாம் உண்டாக்கி இருப்பார்கள், ஏனென்றால் ஈக்களுக்குத் தீங்கானவை எல்லாவற்றையும் உண்டாக்குபவர்கள் மனிதர்களே.

கடைசி ஈ மனச்சோர்வு காரணமாக உயிரை விட்டு விடத் தயாராய் இருந்தபோது முற்றிலும் தனி வகையான ஒன்று நடந்தது. ஈ வழக்கம் போலத் தன் மூலையில் உட்கார்ந்து சிடுசிடுத்துக் கொண்டிருந்தது. திடீரென்று “ங்னொய், ங்–ங்னொய்!” என்ற ரீங்காரம் அதற்குக் கேட்டது. முதலில் அது தன் காதுகளையே நம்பவில்லை. தன்னை யாரோ ஏமாற்றுகிறார்கள் என்று நினைத்தது. ஆனால் பிறகு... அட கடவுளே, இது என்ன அற்புதம்!... அதன் பக்கமாகப் பறந்தது உண்மையான, உயிருள்ள ஈ, இளம் ஈக்குஞ்சு. அது சற்று முன்தான் பிறந்திருந்தது, ஆனந்தப்பட்டது.

“வசந்த காலம் தொடங்கிவிட்டது!... வசந்த காலம்!” என்று ரீங்காரம் செய்தது.

ஒன்றை ஒன்று பார்த்து அவை அடைந்த மகிழ்ச்சிக்கு எல்லையே இல்லை! ஒன்றை ஒன்று தழுவிக்கொண்டன, முத்தம் இட்டுக்கொண்டன, குழல்வாய்களால் ஒன்றை ஒன்று நக்கக்கூடச் செய்தன. பனிக்காலம் முழுவதையும் தான் எவ்வளவு மோசமாகக் கழித்தது, தனிமையில் தனக்கு எவ்வளவு சலிப்பாய் இருந்தது என்று கிழட்டு ஈ பல நாட்கள் கதை கதையாய்ச் சொல்லிக்கொண்டிருந்தது. ஈக்குஞ்சோ,

மெல்லிய குரலில் சிரித்துக்கொண்டே இருந்தது. எப்படிச் சலிப்பாய் இருந்தது என்று அதனால் புரிந்துகொள்ளவே முடியவில்லை.

சன்னல்களை மூடியிருந்த பனிக்காலப் பலகைச் சட்டங்களை எல்லாம் அகற்றும்படி ஓல்கா அத்தை சொல்லி, முதலாவது திறந்த சன்னல் வழியாக அலியோனுஷ்கா வெளியே பார்த்ததுமே கடைசி 'ஈ'க்கு எல்லாம் விளங்கி விட்டது.

சன்னலுக்கு வெளியே பறந்துகொண்டே அது ரீங்காரம் செய்தது: ''இப்போது எனக்கு எல்லாம் தெரியும். கோடைக்காலத்தை உண்டாக்குபவர்கள் ஈக்களாகிய நாங்கள்தாம்...''

7. கருந்தலைக் காகமும் மஞ்சள் கனேரிப் பறவையும்

ஒரு காகம் பிர்ச் மரத்தின் மேல் உட்கார்ந்து அதன் கிளையில் மூக்கால் டொக்–டொக்–கென்று இடித்தது. அலகைச் சுத்தம் செய்துகொண்ட பின் சுற்று முற்றும் பார்வை செலுத்தி, "கா... கா!" என்று கத்திற்று.

வேலி மேல் உட்கார்ந்து தூங்கி வழிந்து கொண்டிருந்த பூனை வாஸ்கா இதைக் கேட்டு அச்சத்தால் உருண்டு விழப் பார்த்தது.

"உன்னைச் சைத்தான் கொண்டு போக, கருந்தலைப் பீடையே... உனக்குத் தான் என்ன குரலைக் கொடுத்திருக்கிறான் ஆண்டவன்!... எதனால் இப்படி மகிழ்ந்து போகிறாய்?" என்று சிடுசிடுக்கத் தொடங்கியது பூனை.

"அட சும்மா கிட... எனக்கு நேரமில்லை, உனக்குத் தெரியவில்லையோ இது? ஐயோ, நேரமே இல்லை எனக்கு... கா–கா–கா!... வேலை தலைக்கு மேல் கிடக்கிறது."

"பாவம், ரொம்பத்தானே உழைத்துக் களைத்துப் போய்விட்டாய்" என்று கேலி செய்தது பூனை வாஸ்கா.

"வாயை மூடு, சோம்பேறி... நீ ஓயாமல் படுத்துக் கிடக்கிறாய். வெயில் காய்வது ஒன்றுதான் உனக்குத் தெரிந்தது. எனக்கோ, காலை முதல் நிம்மதியே கிடையாது: எத்தனையோ கூரைகளில் உட்கார்ந்தேன், பாதி ஊரைச் சுற்றிப் பறந்தேன், எல்லா மூலை முடுக்குகளையும் பார்வையிட்டேன். இன்னும் மாதா கோயில் மணிக்கூண்டைப் பார்க்க வேண்டும், சந்தைக்குப் போய் வரவேண்டும், காய்கறித் தோட்டத்தில் தோண்டிப் பார்க்க வேண்டும்... அட எதற்காக நான் உன்னோடு வெட்டியாக நேரம் போக்குகிறேன், எனக்கு நேரம் இல்லை. ஐயோ, நேரமே இல்லை!"

காகம் கிளையில் அலகால் கடைசித் தரம் இடித்து, சிறகுகளை அடித்துப் பறக்கக் கிளம்பியது, அதற்குள் பயங்கரக் கூச்சல் அதன் காதில் பட்டது. சிட்டுக் குருவிகளின் கூட்டம் பறந்து வந்தது, அவைகளுக்கு முன்னே சின்ன மஞ்சள் பறவை ஒன்று பறந்தது.

“தம்பிமாரே, பிடியுங்கள் அதை, ஐயோ, பிடியுங்கள்!” என்று கீச்சிட்டன சிட்டுக் குருவிகள்.

“என்ன அது? எங்கே?” என்று கத்தி, சிட்டுக் குருவிகளைத் தொடர்ந்து பாய்ந்தது காகம்.

சிறகுகளை ஒரு பத்து தரம் அடித்துக் குருவிக் கூட்டத்தை எட்டிப் பிடித்தது காகம். மஞ்சள் பறவையின் வலு எல்லாம் தீர்ந்துவிடவே, பவளக்குறிஞ்சி, களா, காட்டுச் செர்ரி முதலிய செடிகள் அடர்ந்த சிறு தோட்டத்தில் சரேலென்று இறங்கிற்று. தன்னை விரட்டிக்கொண்டு வந்த சிட்டுக்குருவிகளிடமிருந்து அதில் மறைந்துகொள்ளப் பார்த்தது மஞ்சள் பறவை. அது செடிக்கு அடியில் ஒளிந்ததுமே காகம் வந்துவிட்டது.

“யார் நீ?” என்று கரைந்தது காகம்.

யாரோ ஒரு குத்து பட்டாணிக் கடலையைச் சிதறியது போலச் சிட்டுக் குருவிகள் செடியைச் சூழ்ந்து மொய்த்தன.

“எதற்காக நீங்கள் இதைத் துன்பப்படுத்துகிறீர்கள்?” என்று கேட்டது காகம்.

“இது எதற்காக மஞ்சளாய் இருக்கிறது?” என்று எல்லாக் குருவிகளும் ஒன்றாகக் கீச்சிட்டன.

காகம் மஞ்சள் பறவையைப் பார்வையிட்டது. பறவை மெய்யாகவே ஒரே மஞ்சள். காகம் தலையை ஆட்டி, “அட குறும்புக்காரக் குருவிகளா... இது பறவையே இல்லையே!... இந்த மாதிரிப் பறவைகள் உண்டா எங்காவது?... அது கிடக்கிறது, நீங்கள் கிளம்புங்கள் இங்கிருந்து... இந்த வினோதப் பிறவியோடு நான் பேசி ஆக வேண்டும். இது பறவையாக வெறுமே நடிக்கிறது...” என்றது.

குருவிகள் கீச்சிட்டன, கிரீச்சென்று கத்தின, முன்னைவிடக் கடுமையாக ஆத்திரப்பட்டன, ஆனாலும் அவற்றால்

ஒன்றும் செய்ய முடியவில்லை. அந்தக் குருவிகள் போக வேண்டியதாயிற்று. காகம் நீண்ட பேச்சுக்கு இடம் கொடுக்காது. அலகால் வெடுக்கென்று கவ்வும், அவ்வளவுதான், உயிர் போய் விடும்.

சிட்டுக்குருவிகளை விரட்டிய பிறகு காகம் மஞ்சள் பறவையை விசாரிக்கத் தொடங்கியது. மஞ்சள் பறவையோ, மூச்சு இரைக்க, சின்னக் கரு விழிகளால் பரிதாபமாகப் பார்த்துக்கொண்டிருந்தது.

"யார் நீ?" என்று கேட்டது காகம்.

"நான் கனேரிப் பறவை..."

"இதோ பார், ஏமாற்றாதே, ஏமாற்றினால் உனக்குக் கேடு வரும். நான் மட்டும் இல்லாவிட்டால் குருவிகள் உன்னைக் கொத்திக் குதறியிருக்கும்..."

"உண்மையிலேயே நான் கனேரிப் பறவை..."

"எங்கிருந்து வந்தாய்?"

"நான் கூண்டில் வசித்தேன்... கூண்டில்தான் பிறந்தேன், வளர்ந்தேன், வாழ்ந்து வந்தேன். மற்றப் பறவைகள் மாதிரிப் பறக்க எனக்கு ஒரே ஆசையாக இருந்தது. கூண்டு சன்னல் குறட்டின் மேல் இருந்தது, நான் மற்றப் பறவைகளை ஓயாமல் பார்த்துக்கொண்டிருந்தேன்... அவை ஒரே குதூகலமாக இருந்தன, கூண்டிலோ, நெரிசலாய் இருந்தது. சின்னப் பெண் அலியோனுஷ்கா தண்ணீர்க் கோப்பையோடு வந்து கூண்டைத் திறந்தாள். நான் விர்ட்டென்று வெளியே பாய்ந்தேன். கொஞ்ச நேரம் அறையில் பறந்து கொண்டிருந்தேன், பிறகு பலகணித் திறப்பு வழியாக வெளியே வந்து விட்டேன்."

"கூண்டில் நீ என்ன செய்துகொண்டிருந்தாய்?"

"நான் நன்றாகப் பாடுவேன்..."

"எங்கே, பாடு, கேட்போம்."

கனேரிப் பறவை பாடியது. காகம் தலையை ஒரு பக்கம் சாய்த்துக் கொண்டு ஆச்சரியப்பட்டது.

“இதையா நீ பாட்டு என்கிறாய்? ஹ–ஹா!... இந்த மாதிரிப் பாட்டுக்காக உன் எசமானர்கள் உனக்கு இரை கொடுத்தார்கள் என்றால் அவர்கள் அசடர்கள். இரை கொடுப்பது அசல் பறவைக்கு, உதாரணமாக என் போன்ற பறவைக்குக் கொடுக்க வேண்டும். கொஞ்ச நேரத்துக்கு முன்னால் நான் கத்தியதைக் கேட்டு, சோதாப் பூனை வாஸ்கா வேலியிலிருந்து உருண்டு விழப் பார்த்தது. அது அல்லவா பாட்டு!”

“எனக்கு வாஸ்காவைத் தெரியும்... எல்லாவற்றையும் விடப் பயங்கரமான பிராணி. எங்கள் கூண்டுக்கு எத்தனை தரம் நெருங்கி வந்தது தெரியுமா! பச்சை விழிகளில் பொறி பறந்தது, கால் நகங்கள் நீட்டி இருந்தன...”

“அட சிலவற்றுக்கு அது பயங்கரமானது, வேறு சிலவற்றுக்கு அப்படி இல்லை... பெரிய சோதா அது என்பது உண்மை, ஆனால் பயங்கரம் ஒன்றும் இல்லை. நல்லது, இதைப் பற்றிப் பிறகு பேசுவோம்... என்ன இருந்தாலும் நீ உண்மையான பறவை என்பதில் எனக்கு நம்பிக்கை உண்டாகவில்லை...”

“என்னை நம்புங்கள், அத்தை, நான் பறவைதான். அசல் பறவை. எல்லாக் கனேரிகளும் பறவைகளே...”

“நல்லது, நல்லது, பார்ப்போம்... ஆனால் நீ எப்படி வாழப் போகிறாய்?”

“எனக்கு வேண்டியது கொஞ்சந்தான். சில தானிய மணிகள், ஒரு துண்டு சர்க்கரை, வற்றல் ரொட்டித் துண்டு ஒன்று, இவற்றைத் தின்றால் எனக்கு வயிறு நிறைந்துவிடும்.”

“அடேயப்பா, எப்பேர்ப்பட்ட சொகுசுக்காரி நீ!... ஊம், சர்க்கரை இல்லாமல் சமாளிக்க முடியும் உன்னால். தானிய மணிகளை எப்படியாவது தேடிக்கொள்வாய். மொத்தத்தில் உன்னை எனக்குப் பிடித்திருக்கிறது. என்னோடு சேர்ந்து வாழ விருப்பமா? பிர்ச்மரத்தின் மேல் எனக்கு அருமையான கூடு இருக்கிறது...”

“நன்றி. ஆனால் இந்தச் சிட்டுக்குருவிகள்...”

“நீ என்னோடு இருக்கப் போகிறாய், அதனால் எதுவும்

உன்னை விரலால் தீண்டத் துணியாது. குருவிகள் மட்டும் அல்ல, அந்தச் சோதா வாஸ்கா கூட என் சுபாவத்தை அறியும். எனக்கு விளையாட்டுப் பேச்சு பிடிக்காது.''

கனேரிப் பறவை உடனே உற்சாகம் அடைந்து காகத்துடன் பறந்து போனது. வெறும் பேச்சு அல்ல, கூடு அருமையானதுதான். இன்னும் வற்றல் ரொட்டித் துண்டுகளும் சர்க்கரையும் கிடைத்தால் மகிழ்ச்சியாக இருந்திருக்கும். காகமும் கனேரிப் பறவையும் ஒரே கூட்டில் நன்றாக வாழத் தொடங்கின. காகம் சில வேளைகளில் பொடுபொடுப்பதை விரும்பினாலும் கெட்ட பறவை அல்ல. அதனுடைய சுபாவத்தில் இருந்த முக்கியக் குறை என்ன என்றால் அது எல்லாவற்றின் மேலும் பொறாமைப்பட்டதும் தனக்கு அநீதி செய்யப்படுவதாக நினைத்ததும்தான்.

உள்ளதைச் சொன்னால், காகமும் கனேரிப் பறவையும் ஒன்றை ஒன்று புரிந்துகொள்ளவில்லை. இந்தக் கட்டற்ற வாழ்க்கை கனேரிப் பறவைக்கு விளங்கவில்லை, காக்கையோ, கூண்டு வாழ்க்கையைப் புரிந்து கொள்ளவில்லை.

''சொல்லுங்கள், அத்தை. உங்களுக்கு யாருமே ஒருபோதும் தானியம் போடவில்லையா? ஊம், ஒரு தானிய மணி கூட?'' என்று ஆச்சரியப்பட்டது கனேரிப் பறவை.

“எப்பேர்ப்பட்ட அசடு நீ... தானியமாவது ஒன்றாவது? தடியால் அடித்தோ கல் எறிந்தோ யாரேனும் கொன்றுவிடக்கூடாதே என்று எப்போதும் விழிப்போடு இருக்க வேண்டும் நான். மனிதர்கள் மிகவும் கெட்டவர்கள்...''

இந்தப் பேச்சைக் கனேரிப் பறவையால் ஒப்புக்கொள்ளவே முடியவில்லை, ஏனென்றால் மனிதர்கள் அதற்கு இரை கொடுத்தார்கள். ஒருவேளை, காகத்துக்குத்தான் இப்படித் தோன்றுகிறதோ என்னவோ என்று நினைத்தது. ஆனால் மனிதர்களின் கெட்ட குணத்தைத் தானே கண்டுகொள்ளக் கனேரிப் பறவைக்கு விரைவில் சந்தர்ப்பம் கிடைத்தது. ஒரு நாள் அது வேலி மேல் உட்கார்ந்திருந்தபோது கனமான கல் ஒன்று அதன் தலைக்கு மேலாகத் திடீரென்று சீழ்க்கை அடித்துப் பறந்தது. தெருவோடு போன பள்ளி மாணவர்கள் வேலி மேல் உட்கார்ந்திருந்த காகத்தைப் பார்த்து விட்டார்கள். அதன் மேல் கல் எறியாமல் இருப்பது எப்படி?

“என்ன, இப்போது பார்த்தாயா?” என்று கூரைக்குப் பறந்துபோன பின் கேட்டது காகம். “இவர்கள், அதாவது மனிதர்கள் எல்லாருமே இப்படித்தான்.”

“ஒரு வேளை நீங்கள் எதனாலாவது இவர்களுக்கு ஆத்திரம் ஊட்டி இருப்பீர்களோ, அத்தை?”

“கிடையவே கிடையாது... வெறுமே இப்படித் தீங்கு செய்கிறார்கள். இவர்கள் எல்லாரும் என்னைக் கரிக்கிறார்கள்.”

பொதுவாகவே பகைவர்கள் நிறைய இருந்தார்கள். உதாரணமாக, பூனை வாஸ்கா... ஒரே பேராசை ததும்பும் விழிகளால் அது எல்லாப் பறவைகளையும் பார்த்தது, தூங்குவது போல நடித்தது. அனுபவம் இல்லாத சின்னக் குருவிக் குஞ்சை அது பிடித்ததைக் கனேரிப் பறவை தன் கண்களால் கண்டது. எலும்புகள்தாம் நொறுங்கின, இறகுகள் பறந்தன... ஐயோ, பயங்கரம்!

ஆனால் காகம் பூனைகளுக்கோ பருந்துகளுக்கோ அஞ்சவில்லை. தானும் சின்னப் பறவைகளை ருசித்துத் தின்னத் தயங்கவில்லை. கனேரிப் பறவை முதலில் இதை நம்பாதிருந்தது.

ஆனால் அப்புறம் கண்கூடாகப் பார்த்துத் தெரிந்துகொண்டது. ஒரு நாள் குருவிகள் ஒரே கூட்டமாகச் சேர்ந்து காகத்தைத் துரத்தி வந்ததை அது கண்டது. அவை பறந்து கொண்டே கீச்சிட்டன, கிரீச்சென்று கத்தின... கனேரிப் பறவை பயந்து நடுங்கிப்போய்க் கூட்டில் பதுங்கிக்கொண்டது.

சிட்டுக் குருவிகள் காக்கைக் கூட்டுக்கு மேலே பறந்தபடியே, “கொடுத்து விடு! கொடுத்து விடு!” என்று வெறிக் கூச்சல் போட்டன. “இது என்ன அக்கிரமம்? இது வழிப்பறி!” என்றன.

காகம் தன் கூட்டுக்குள் விர்ட்டென்று புகுந்தது. இரத்தக் கறைபட்ட இறந்த குருவிக் குஞ்சு ஒன்றை அது கூரி கால் நகங்களால் பற்றி எடுத்து வந்ததைக் கனேரிப் பறவை கண்டது.

“அத்தை, நீங்கள் என்ன செய்கிறீர்கள்?”

"பேசாதிரு..." என்று சீறியது காகம்.

அதன் கண்கள் பயங்கரமாக இருந்தன, பளபளத்தன... ஆக்கங்கெட்ட குருவிக்குஞ்சைக் காகம் குத்திக் கிழிப்பதைப் பார்க்காமல் இருப்பதற்காக அச்சத்தால் கண்களை மூடிக்கொண்டது கனேரிப் பறவை.

"என்னையும் இது எப்போதாவது இந்த மாதிரித் தின்றுவிடும்" என்று நினைத்தது.

தானாகவே இரை தேடச் சோம்பலாய் இருந்தபோது காகம் தந்திரத்தைக் கையாண்டது. குருவிகள் எதையோ கொத்துவதைக் கண்டு உடனே அங்கே பாய்ந்தது. அந்தப் பக்கமாகப் பறந்து போவது போலப் போக்கு காட்டியது. தொண்டையைப் பிய்த்துக்கொண்டு கத்தியது:

"ஐயோ, எனக்கு நேரம் இல்லை.... இல்லவே இல்லை நேரம்!"

கிட்டே பறந்து வந்ததும் இரையை லபக்கென்று கொத்திக்கொண்டு போய்விட்டது.

"மற்றவர்களிடம் தட்டிப் பறிப்பது நல்லதில்லையே அத்தை" என்று ஒரு தரம் கோபத்தோடு சொல்லியது கனேரிப் பறவை.

"நல்லதில்லையோ? ஆனால் எனக்கு எப்போது பார்த்தாலும் பசிக்கிறதே, என்ன செய்ய?"

"மற்றப் உயிர்களுக்குந்தான் பசிக்கிறது..."

"மற்றவை தங்கள் பாட்டைத் தாங்களே பார்த்துக்கொள்ளும். உங்களைப் போன்ற சொகுசுப் பறவைகளுக்குத்தான் ஆட்கள் கூண்டிலே இரை போடுகிறார்கள். நாங்கள் எல்லோருமோ, நாங்களேதான் இரை தேடிக் கொள்ள வேண்டும். தவிரவும், உனக்கோ குருவிக்கோ நிறைய வேண்டுமோ தீனி? ஒரு தானிய மணியைக் கொத்தினால் நாள் பூராவும் உங்களுக்கு பசி எடுக்காது."

கோடைக் காலம் கவனத்தில் படாமலே கழிந்துவிட்டது. வெயிலின் சூடு குறைந்து கொண்டு போனது, பகல்

குறுகியது. மழை பெய்யத் தொடங்கிற்று, குளிர் காற்று அடித்தது. தான் எல்லாவற்றிலும் அதிக துன்பப்படும் பறவை என்று கனேரிப் பறவை எண்ணியது, அதிலும் மழை பெய்தபோது. காகமோ, எதையும் கவனித்ததாகத் தெரியவில்லை.

"மழை பெய்கிறது என்றால் என்ன வந்துவிட்டது?" என்று அது ஆச்சரியப்பட்டது. "பெய்கிற வரை பெய்துவிட்டு நின்றுவிடும்" என்றது.

"ஆனால் குளிர்கிறதே, அத்தை! ஐயோ, என்னமாய்க் குளிர்கிறது!"

இராத்திரி நேரங்களில் படு மோசமாக இருந்தது. நனைந்த கனேரிப் பறவை வெடவெடவென்று நடுங்கியது. போதாக் குறைக்குக் காகம் வேறு சள்ளென விழுந்தது:

"அடி சொகுசுக்காரி!... கூதல் அடித்து வெண்பனி பெய்யுமே, அப்போது என்ன செய்வாயாம்?"

காகத்துக்கு எரிச்சல் கூட மண்டியது. மழையையும் காற்றையும் குளிரையும் தாங்க முடியாத இது எந்த வகையில் பறவை ஆகும்? இப்படி இருந்தால் உலகத்தில் பிழைக்க முடியாதே. இந்தக் கனேரி உண்மையில் பறவைதானா என்று அது மறுபடி சந்தேகப்படத் தொடங்கியது. பறவை என்று வெறுமே நடிக்கிறது போலிருக்கிறது...

"நிசமாகவே நான் அசல் பறவைதான், அத்தை!" என்று கண்ணீர் மல்க உறுதிப்படுத்தியது கனேரி. "ஆனால் எனக்குக் குளிர்ந்து விறைக்கிறது..."

"அதுதானே கேட்டேன்! நீ பறவையாக வெறுமனே நடிக்கிறாயோ என்று எனக்கு ஓயாமல் சந்தேகம் வருகிறது."

"இல்லை, மெய்யாகவே நான் நடிக்கவில்லை."

ஒரு நாள் காலையில் கனேரிப் பறவை காகத்தின் கூட்டிலிருந்து வெளியே பார்த்தபோது துயரக் காட்சியைக் கண்டு திடுக்கிட்டது. விடிவதற்குள் தரை சவச்சீலை போன்ற வெண்பனியால் போர்த்தப்பட்டிருந்தது. சுற்று முற்றும் ஒரே வெள்ளை... முக்கியமாக, கனேரிப் பறவையின் இரையான எல்லாத் தானிய மணிகளையும் வெண்பனி

மூடிவிட்டது. அசோக மரத்தில் பழங்கள் இருந்தன, ஆனால் அவை புளித்ததால் கனேரிப் பறவையால் அவைகளைத் தின்ன முடியவில்லை. காகமோ அசோக மரத்தில் உட்கார்ந்து பழத்தைக் கொத்தி, "ஆமா, அருமையான பழம்!" என்று மெச்சிற்று.

இரண்டொரு நாட்கள் பட்டினி கிடந்த பின்பு கனேரிப் பறவை ஒரேயடியாகச் சோர்ந்து போனது. இனிமேல் என்ன நடக்கும்? இப்படி இருந்தால் பட்டினியால் சாகக்கூட நேரிடலாமே...

கனேரிப் பறவை உட்கார்ந்து துயரத்தில் ஆழ்ந்திருந்தது. அப்போது சில பள்ளிச் சிறுவர்களைக் கண்டது. காகத்தின் மேல் கல் எறிந்த அதே மாணவர்கள். அவர்கள் தோட்டத்துக்கு ஓடி வந்து, தரையில் வலையை விரித்து, ருசியான ஆளி விதைகளைத் தெளித்துவிட்டு ஓடிப்போய் விட்டார்கள்.

விரித்த வலையைப் பார்வையிட்ட கனேரிப் பறவை மகிழ்ச்சி அடைந்தது. "இந்தப் பையன்கள் கெட்டவர்களே அல்ல. அத்தை, பையன்கள் எனக்கு இரை கொண்டு வந்திருக்கிறார்கள்!" என்றது.

"நல்ல இரைதான் போ! அதில் மூக்கை நுழைக்கலாம் என்று நினைக்கவே நினைக்காதே!... கேட்டாயா? ஆளி விதைகளைக் கொத்தத் தொடங்கினதுமே வலையில் சிக்கிக் கொள்வாய்" என்று எச்சரித்தது காகம்.

"அப்புறம் என்ன நடக்கும்?"

"அப்புறம் மறுபடி கூண்டில் அடைபடுவாய்..."

கனேரிப் பறவை சிந்தனையில் ஆழ்ந்தது. அதற்குப் பசிக்கவும் செய்தது, கூண்டில் அடைபடவும் மனம் இல்லை. என்னதான் குளிரும் பட்டினியுமாய் இருந்தாலும் சுதந்திரமாக வெளியே வாழ்வது எவ்வளவோ மேல், அதிலும் மழை பெய்யாதபோது இன்னும் மகிழ்வாக இருக்கும்.

கனேரிப் பறவை சில நாட்கள் பொறுத்துப் பார்த்தது, ஆனால் பட்டினி கிடப்பது விளையாட்டு அல்லவே.

இரைக்கு ஆசைப்பட்டு அது வலையில் மாட்டிக்கொண்டது.

"ஐயோ, காப்பாற்றுங்கள்! இனிமேல் இப்படிச் செய்யவே மாட்டேன்... மறுபடி கூண்டில் அடைபடுவதை விடப் பட்டினி கிடந்து சாவதே மேல்!" என்று பரிதாபமாகக் கீச்சிட்டது.

அதனுடைய நல்ல காலம், அந்தப் பக்கமாகப் பறந்து போன காகம் நிலைமை மோசம் என்பதைக் கண்டுகொண்டது.

"அட அசடே! வலையில் தூவிய இரையைத் தொடாதே என்று சொல்லி இருந்தேனே" என்று சிடுசிடுத்தது.

காகம் சரியான நேரத்தில் வந்தது. அகப்பட்ட பறவையைப் பிடிப்பதற்காகச் சிறுவர்கள் ஓடி வந்தார்கள், ஆனால் காகம் மெல்லிய வலையை அதற்குள் அறுத்துவிடவே, கனேரிப் பறவை மறுபடி விடுபட்டு விட்டது. பாழும் காக்கையைச் சிறுவர்கள் வெகுநேரம் விரட்டித் தொடர்ந்துகொண்டிருந்தார்கள், கழிகளையும் கற்களையும் அதன் மேல் எறிந்தார்கள், அதைத் திட்டினார்கள்.

மறுபடி தன் கூட்டை அடைந்த கனேரிப் பறவை, "ஆகா, எவ்வளவு நன்றாய் இருக்கிறது!" என்று மகிழ்ந்தது.

"அதெல்லாம் சரிதான், ஆனால் நீ மட்டும் எச்சரிக்கையாய் இரு" என்று முணுமுணுத்தது காகம்.

கனேரிப் பறவை மறுபடியும் காகத்தின் கூட்டில் வாழத் தொடங்கியது. குளிரையோ பட்டினியையோ பற்றி அது மேற்கொண்டு குறை சொல்லவில்லை. ஒரு தடவை காகம் இரை தேடப் போய், இரவை வயலில் கழித்துவிட்டு வீடு திரும்பியபோது, கனேரிப் பறவை கூட்டில் மல்லாக்கக் கிடப்பதைக் கண்டது. காகம் தலையைச் சாய்த்துப் பார்வையிட்டு விட்டுச் சொல்லியது:

"அதுதான் நான் சொன்னேனே, இது பறவை இல்லை என்று!"

8. எல்லாப் பறவைகளையும் விடப் புத்திசாலி

1

ஆண் வான்கோழி மற்றப் பறவைகளுக்கு முன்னால், பொழுது விடிவதற்குள்ளேயே, வழக்கம் போல விழித்துக்கொண்டு மனைவியை எழுப்பியது.

"நான்தான் எல்லாப் பறவைகளையும் விடப் புத்திசாலி, அப்படித்தானே?" என்று கேட்டது.

பெட்டைக் கோழி தூக்கக் கலக்கத்தில் வெகு நேரம் இருமிக் கொண்டிருந்து விட்டு, "ஆகா, எப்பேர்ப்பட்ட புத்திசாலி... க்ஹெ–க்ஹெ!... யாருக்குத்தான் தெரியாது இது? க்ஹெ..." என்று பதில் சொல்லியது.

ஆண் வான்கோழிக்குக் கொஞ்சம் கோபம் கூட வந்தது. மற்றப் பறவைகளின் காதுகளில் படும்படி குரலை உயர்த்திக் கூறிற்று:

"ஒன்று சொல்லட்டுமா! மற்றவை என்னை வேண்டிய அளவு மதிப்பதில்லை என்று எனக்குத் தோன்றுகிறது. ஆமாம், சரியாகவே மதிப்பதில்லை."

"இல்லை, நீதான் அப்படி நினைத்துக்கொள்கிறாய்... க்ஹெ–க்ஹெ! ஆமாம், வெறுமனே நினைத்துக் கொள்கிறாய்... உன்னைவிடப் புத்திசாலியான பறவைகளை நினைத்துக் கூடப் பார்க்க முடியாது. க்ஹெ–க்ஹெ–க்ஹெ!" என்று இரவில் கலைந்திருந்த இறகுகளைக் கோதிவிட்டுக் கொள்ளத் தொடங்கியது பெண் வான்கோழி.

"ஆனால் தாராவோ? ஆ, எனக்கு எல்லாம் புரிகிறது... அது வெளியே ஒன்றும் சொல்லுவதில்லை, பெரும்பாலும் வாயை மூடிக்கொண்டிருக்கிறது என்பது உண்மைதான். ஆனால் ஒன்றும் பேசாமலே அது என்னை இளப்பம் செய்கிறது என்று எனக்குப் படுகிறது..."

“நீ அதைச் சட்டை பண்ணாதே. வேண்டாம்... க்ஹெ! தாரா அசடு என்பதை நீ கவனித்திருப்பாயே?”

“இது யாருக்குத்தான் தெரியாது? அசட்டுத் தாரா என்பது அதன் மூஞ்சியில் எழுதியிருக்கிறதே. ஊம்... தாராவாவது போனால் போகிறது, அசட்டுப் பறவை மேல் கோபப்படலாமா? ஆனால் சேவல், சாதாரணமான அற்பச் சேவல்.... மூன்றாம் நாள் அது என்னைப் பற்றி என்ன கொக்கரித்தது? அதுவும் எப்படிக் கத்திற்று, அண்டை அயலார் எல்லாரும் கேட்கும்படி! என்னைப் படு அசடு என்றுகூட அது சொல்லியது என்று நினைக்கிறேன்... இந்த மாதிரி ஏதோ சொல்லியது.”

பெண் வான்கோழி அடக்கமும் நல்ல மனமும் உள்ள பறவை. ஆண் வான்கோழி ஓயாமல் யாருடனாவது சச்சரவு செய்துகொண்டிருந்தால் அதற்கு எப்போதும் வருத்தம் உண்டாயிற்று. இன்னும், தூங்கி விழித்ததும் விழிக்காததுமாக யாருடனாவது வாய்ச் சண்டையோ, அடி பிடி சண்டையோ கூடப் போடுவதற்கு ஆண் வான்கோழி வழி பார்த்தது. கெட்டது இல்லை என்றாலும் மொத்தத்தில் அமைதியே இல்லாத பறவை. மற்றப் பறவைகள் ஆண் வான்கோழியைக் கேலி செய்து, உளறுவாயன், வெட்டிப் பேச்சு பேசுபவன், பிகு பண்ணிக்கொள்பவன் என்றெல்லாம் பட்டங்கள் சூட்டியதைக் கேட்டுப் பெண் வான்கோழிக்குக் கொஞ்சம் வருத்தம் கூட ஏற்பட்டது. அவை சொன்னது ஓரளவு உண்மைதான் என்றாலும், குறைகள் இல்லாத பறவை எது? அந்த மாதிரி பறவைகள் கிடையாது. ஆனாலும் ஒரு பறவையிடம் அற்பக் குறையையாவது காணும் போது மற்ற பறவைகளுக்கு எதனாலோ மகிழ்ச்சி கூட உண்டாகிறது.

விழித்துக் கொண்ட பறவைகள் கோழிக் குடிலிலிருந்து சரசரவென்று வெளியே வந்து முகப்பில் குழுமின. உடனே ஒரே கத்தலும் கூவலும் காதைத் துளைத்தன. எல்லாவற்றிலும் மோசமாகக் கத்தின கோழிகள். அவை முகப்பில் ஓடின, சமையலறைச் சன்னல் மேல் தொற்றிக்கொண்டு வெறிக் கூச்சல் போட்டன:

“கொக்–கோ!கொக்–கொக்–கொக்–கொக்–கோ... எங்களுக்குப் பசிக்கிறது! சமையல்காரி மத்ரியோனா செத்துப்போய் விட்டாள் போலிருக்கிறது, எங்களைப் பட்டினி போட்டுக் கொல்லப் பார்க்கிறாள் போலிருக்கிறது...”

ஒரே காலில் நின்றுகொண்டிருந்த தாரா அவைகளை அமைதிப்படுத்தப் பார்த்தது.

“திருவாளர்களே, பொறுமையாய் இருங்கள். என்னைப் பாருங்கள். எனக்குந்தான் பசிக்கிறது, ஆனால் நான் உங்களைப் போல் கத்தவில்லை. நான் மட்டும் முழுக்குரல் எடுத்துக் கத்தினால்... இதோ இப்படி... குவா–குவா!... அல்லது இப்படி... குக்–குவா–குவா–குவா!!”

தாரா போட்ட காட்டுக் கத்தலில் சமையல்காரி மத்ரியோனா திடுக்கிட்டு விழித்துக்கொண்டாள்.

பசித்த பறவைகள் பசியாய் இருந்த காரணத்தாலேயே பசியுள்ள மனிதர்கள் போல அநீதி செய்தன.

2

ஆண் வான்கோழி பெருமிதம் உள்ளது ஆகையால் மற்றப் பறவைகளோடு சேர்ந்து இரை மேல் ஒருபோதும் பாயவில்லை. மத்ரியோனா பேராசை பிடித்த மற்றப் பறவைகளை விரட்டிவிட்டுத் தன்னைக் கூப்பிடும் வரை பொறுமையாகக் காத்திருந்தது. இப்போதும் அது அப்படியே செய்தது. வேலி ஓரமாக உலாவியபடி, பல வகைக் குப்பையில் எதையோ தேடுவது போலப் பாவனை செய்தது.

கணவன் பின்னே அடி மேல் அடி வைத்து நடந்து கொண்டிருந்த பெண் வான்கோழியோ, “க்ஹெ–க்ஹெ... ஐயோ, என்னமாய்ப் பசிக்கிறது எனக்கு!” என்று முறையிட்டது. “அதோ, மத்ரியோனா ஓட்ஸ் தானியத்தைத் தெளித்துவிட்டாள்... ஆமாம்... அதோடு, நேற்றையப் பொங்கல் மிச்சத்தையும் போட்டாள் போலிருக்கிறது... க்ஹெ–க்ஹெ! ஆகா, பொங்கல் எனக்கு என்னமாய்ப்

பிடிக்கும்! வாழ்நாள் முழுவதும் பொங்கலை மட்டுமே தின்றுகொண்டிருக்க நான் தயார். சில வேளைகளில் கனவில் கூடப் பொங்கலைக் காண்கிறேன்...''

"ஆமாம், பொங்கல் தின்பதும் நன்றாய்த்தான் இருக்கும்" என்று மனைவியின் கருத்தை ஒப்புக்கொண்டது ஆண் வான்கோழி. "ஆனால் அறிவுள்ள பறவை இரைமேல் ஒருபோதும் பாய்வதில்லை. சரிதானே நான் சொல்லுவது? எசமானன் எனக்கு இரை ஊட்டாவிட்டால் நான் பட்டினியால் செத்துப்போவேன்... அப்படித்தானே? ஆனால் என் மாதிரி இன்னொரு வான்கோழி அவனுக்கு எங்கிருந்து கிடைக்கும்?''

''உன் மாதிரி இன்னொரு வான்கோழி எங்குமே கிடையாது...''

இந்த மாதிரி விளக்கம் சொல்லிக்கொண்டிருந்தாலும் பசிக்கொடுமை ஆண் வான்கோழியையும் வாட்டத் தொடங்கிவிட்டது. மற்ற பறவைகள் எல்லாம் பசி தீர இரையெடுத்த பிறகும் தன்னைக் கூப்பிடுவதற்கு மத்ரியோனா வெளியே வராததைக் கண்டு அதற்கு ஒரே ஏக்கம் உண்டாயிற்று. அவள் தன்னை மறந்து போனாளோ? படு மோசம் ஆகி விடுமே அப்போது...

ஆண் வான்கோழி தன் பசியைக் கூட மறந்து விடும்படிச் செய்த ஒன்று அந்த வேளையில் நடந்தது. கொட்டகையின் பக்கத்தில் உலாவிக் கொண்டிருந்த ஓர் இளம் பெட்டைக்கோழி திடீரென்று "கொக்–கொக்–கோ!" என்று கொக்கரித்தது.

கூச்சலைக் கேட்டு ஓடி வந்த பறவைகள் வழக்கத்துக்கு முற்றிலும் மாறான காட்சியைக் கண்டன. கொட்டகையின் பக்கத்தில் இருந்த பள்ளத்தில் கிடந்தது சாம்பல் நிறமான உருண்டை. அதன் மேல் கூர்மையான முட்கள் அடர்ந்திருந்தன.

"அட இது சாதாரணக் கல்" என்றது ஒரு பறவை.

"இது அசைகிறது. கல் என்றே நானும் நினைத்தேன். கிட்டே போனதும் அது அசைந்ததைக் கண்டேன்... உண்மை! இதற்குக் கண்கள் இருப்பதாக எனக்குத்

தெரிந்தது. கற்களுக்குக் கண்கள் இருப்பதில்லையே" என்று விளக்கியது பெட்டைக்கோழி

"அட இது நாய்க்குடை! இதே மாதிரி நாய்க்குடைகளை நான் பார்த்திருக்கிறேன், ஆனால் அவைகளுக்கு முள் இல்லை" என்று கத்தியது தாரா.

எல்லாப் பறவைகளும் தாராவைக் கேலி செய்து சிரித்தன.

"இதைப் பற்றி வெறுமனே பேசிக்கொண்டிருப்பது வீண். செயலில் இறங்க வேண்டும்" என்று எல்லோர் தரப்பிலும் முடிவு செய்த சேவல், "இந்தா, முள் உருண்டை, சொல்லு, என்ன பிராணி நீ? எனக்கு வேடிக்கை பிடிக்காது... கேட்டாயா?" என்றது.

பதில் வராததால் தான் அவமதிக்கப்பட்டதாக எண்ணிய சேவல், இன்னதென்று தெரியாத துடுக்குக்காரப் பிராணி மேல் பாய்ந்தது. இரண்டொரு தரம் அதைக் கொத்தப் பார்த்துவிட்டுக் குழப்பத்துடன் ஒரு புறம் விலகிற்று.

"இது மிகவும் பெரிய புர்டாக் கூம்புகனி, வேறு ஒன்றும் இல்லை. துளிக் கூட ருசி கிடையாது. ருசி பார்க்க யாருக்காவது விருப்பமா?" என்று கேட்டது.

எல்லாப் பறவைகளும் தங்கள் தங்களுக்குத் தோன்றியபடி உளறிக் கொட்டின. ஊகங்களுக்கும் யோசனைகளுக்கும் ஒரு முடிவே இல்லை. ஆண் வான்கோழி ஒன்றுதான் பேசாமல் இருந்தது. அதற்கென்ன, மற்றவை உளறட்டும், பிறத்தியாரின் அசட்டுப் பேச்சுக்களை அது கேட்டுக் கொண்டிருக்கும். பறவைகள் வெகு நேரம் கொக்கரிப்பதும் கத்துவதும் வாய்ச் சண்டை போடுவதுமாக இருந்தன. அப்புறம் ஒரு பறவை சொல்லிற்று:

"திருவாளர்களே, எதற்காக நாம் வீணாக மண்டையை உடைத்துக் கொள்கிறோம்? நம்மிடந்தான் ஆண் வான்கோழி இருக்கிறதே, அதற்கு எல்லாம் தெரியுமே..."

ஆண் வான்கோழி வெகுநேரம் பிகு பண்ணிக் கொண்டது. முடிவில் சொன்னது:

"சரி, சொல்லுகிறேன்... ஆமாம், சொல்லிவிடுகிறேன். ஆனால் முதலில் நீங்கள் சொல்லுங்கள் எனக்கு, என்னை யார் என்று நினைக்கிறீர்கள்?"

"நீ எல்லாவற்றையும் விடப் புத்திசாலியான பறவை என்பது யாருக்குத்தான் தெரியாது? ஆண் வான்கோழி போன்ற அறிவாளி என்பது பேச்சு வழக்கில் வந்துவிட்டதே."

ஆண் வான்கோழி இன்னும் கொஞ்சநேரம் பிகு பண்ணிக் கொண்டிருந்தது. பிறகு இறகுகளைச் சிலிர்த்து அலகுக் குழாயை உப்பச் செய்துகொண்டு வினோதப் பிராணியை மூன்று தரம் சுற்றி வந்தது.

"இது... ஊம்... தெரிந்துகொள்ள விரும்புகிறீர்களா இது என்ன என்று?" என்றது.

"விரும்புகிறோம்!... தயவு செய்து இழுத்தடிக்காதே, சட்டென்று சொல்லு."

"இது... எதுவோ எங்கேயோ ஊர்ந்து போகிறது..."

எல்லாப் பறவைகளும் பக்கென்று சிரித்திருக்கும், ஆனால் அதற்குள் இஹிஹி என்று யாரோ இளித்தது கேட்டது, ஒரு கீச்சுக் குரல் சொல்லியது:

"இதுதான் எல்லாவற்றிலும் புத்திசாலியான பறவையாக்கும்!... இஹி–ஹி..."

இரண்டு கரிய விழிகள் உள்ள கறுப்பு மூஞ்சி முட்களுக்கு அடியிலிருந்து வெளியே நீண்டது, காற்றை முகர்ந்தது, பின்பு பேசத் தொடங்கியது:

"வணக்கம், திருவாளர்களே... எப்படி உங்களுக்கு முள்ளெலியை அடையாளம் தெரியாமல் போயிற்று? சாம்பல் நிற உழைப்பாளி முள்ளெலி அல்லவா நான்?... ஐயோ, உங்கள் ஆண் வான்கோழி எவ்வளவு வேடிக்கையானது, என்னை மன்னியுங்கள், எப்பேர்ப்பட்ட... இதை மரியாதையாகச் சொல்வது எப்படி?... எப்பேர்ப்பட்ட அசட்டு வான்கோழி..."

3

முள்ளெலி வான்கோழியை இந்த மாதிரி அவமதித்ததால் எல்லாப் பறவைகளுக்கும் கடுமையான அதிர்ச்சி ஏற்பட்டது. வான்கோழி அசட்டுத்தனமாகப் பேசினது உண்மைதான், ஆனாலும் அதை அவமதிக்க முள்ளெலிக்கு எப்படி உரிமை உண்டு.

எல்லாப் பறவைகளும் எப்படியோ ஒன்றாக வான்கோழியின் தரப்புக்கு வந்துவிட்டன. காட்டுக் கூப்பாடு கிளம்பியது.

சேவல் சிறகுகளை அடித்து, “இந்த முள்ளெலி நம் எல்லோரையுமே கூட அசடுகள் என்று நினைக்கிறது போலிருக்கிறது!” என்று கொக்கரித்தது.

“அது நம் எல்லோரையும் அவமதித்துவிட்டது!”

தாரா கழுத்தை நீட்டி, “அசடு யார் என்றால் இதுதான், அதாவது முள்ளெலிதான். பார்த்ததுமே நான் இதைத் தெரிந்துகொண்டேன்... ஆமாம்!” என்றது.

“நாய்க்குடைகள் அசடுகளாக இருக்கமுடியுமா எங்காவது?” என்று நொடித்தது முள்ளெலி.

“திருவாளர்களே, எதற்காக நாம் இதோடு வீணே பேசிக் கொண்டிருக்கிறோம்? இதற்கோ, ஒன்றும் விளங்கப் போவதில்லை... நாம் நேரத்தை வீணாக்கத்தான் செய்கிறோம் என்று எனக்குத் தோன்றுகிறது. ஆமாம்... ஒன்று செய்தால் என்ன? திருவாளர் தாரா, நீங்கள் இதனுடைய கட்டை மயிர்களை உங்கள் வலுவான அலகால் ஒரு பக்கம் பிடித்துக் கொள்ளுங்கள், ஆண் வான்கோழியும் நானும் இதன் கட்டை மயிர்களை மறுபக்கம் பிடித்துக் கொள்கிறோம். யார் அதிகப் புத்திசாலி என்பது இதோ தெரிந்துவிடும். புத்தியை அசட்டுக் கட்டை மயிர்களுக்கு அடியில் யாரும் மறைத்து வைப்பதில்லை...” என்று கத்தியது சேவல்.

ஆண் வான்கோழி இந்த நேரமெல்லாம் பேசாமல் இருந்தது. முள்ளெலியின் துடுக்கு முதலில் அதற்கு அதிர்ச்சி

உண்டாக்கியது. என்ன பதில் சொல்வது என்று அதற்குத் தெரியவில்லை. அப்புறம் அதற்குக் கடுங்கோபம் மூண்டது. அந்தக் கோபத்தால் அதற்கே கொஞ்சம் கலவரம் ஏற்பட்டது. இந்த மரியாதை கெட்ட பிராணியின் மேல் பாய்ந்து அதைச் சின்னச் சின்னத் துண்டுகளாகப் பிய்த்துப் போட்டுவிட வேண்டும், எல்லாப் பறவைகளும் இதைப் பார்க்க வேண்டும், ஆண் வான்கோழி எந்த மாதிரி கடுமையும் கண்டிப்பும் உள்ள பறவை என்பதை இன்னொரு தடவை தெரிந்துகொள்ள வேண்டும் என்று அதற்கு விருப்பம் உண்டானது. அது முள்ளெலியின் பக்கம் சில அடிகள் கூட எடுத்து வைத்து, பயங்கரமாக உடம்பை உப்பிக்கொண்டு பாயப் போனபோது எல்லாப் பறவைகளும் கூச்சல் போடவும் முள்ளெலியைத் திட்டவும் தொடங்கின. ஆண் வான்கோழி நின்று, விவகாரம் எதில் போய் முடியும் என்று பார்ப்பதற்காகப் பொறுமையாகக் காத்திருந்தது.

முள்ளெலியின் கட்டை மயிர்களைப் பிடித்து வெவ்வேறு பக்கங்களில் இழுக்கும்படிச் சேவல் யோசனை சொன்னதும் ஆண் வான்கோழி அதன் முயற்சியைத் தடுத்தது.

“கேளுங்கள், திருவாளர்களே... இந்த விவகாரத்தை நாம் சமாதானமாகத் தீர்க்கலாமோ ஒருவேளை... ஆமாம் புரிந்துகொள்வதில் ஒரு சின்னத் தவறு ஏற்பட்டிருப்பதாக எனக்குத் தோன்றுகிறது. விவகாரத்தை என் பொறுப்பில் விடுங்கள், திருவாளர்களே...”

முள்ளெலியோடு சண்டை போடத் துடித்துக் கொண்டிருந்த சேவல் வேண்டா வெறுப்பாக இதற்கு இசைந்தது “நல்லது, நாங்கள் காத்திருக்கிறோம், ஆனால் இதனால் ஒரு பயனும் விளையாது...” என்றது.

“இது என் வேலை. நான் எப்படிப் பேசப்போகிறேன் என்று கேளுங்கள்...'' என்று அமைதியாகப் பதில் சொல்லியது ஆண் வான்கோழி.

எல்லாப் பறவைகளும் முள்ளெலியைச் சூழ்ந்து நெரிந்தன, எதிர்பார்க்கலாயின. ஆண் வான்கோழி முள்ளெலியைச் சுற்றி வந்து இருமித் தொண்டையைச் சரிப்படுத்திக்கொண்டு சொல்லியது:

"கேளுங்கள், திருவாளர் முள்ளெலியாரே... நடந்ததை ஆழ்ந்த முறையில் தெளிவுபடுத்திக்கொள்வோம். வீட்டுத் தகராறுகளை நான் பொதுவாகவே விரும்புவதில்லை."

கணவன் சொன்னதை ஒரே பெருமகிழ்ச்சியுடன் கேட்டுக்கொண்டிருந்த பெண் வான்கோழி, "கடவுளே, இவன்தான் எப்பேர்ப்பட்ட புத்திசாலி, எப்பேர்ப்பட்ட புத்திசாலி!" என்று எண்ணிக்கொண்டது.

"நல்ல மரியாதை விதிகளுக்குப் பழகிய ஒழுங்கான பறவைகளின் நடுவே நீங்கள் இருக்கிறீர்கள் என்பதை முதலில் கவனத்தில் வைத்துக் கொள்ளுங்கள். இது சாதாரண விஷயம் அல்ல... ஆமாம்... எங்கள் வாசலுக்கு வருவதைப் பெருமையாகப் பலர் மதிக்கிறார்கள், ஆனால், வெகு சிலருக்கே இது வாய்க்கிறது" என்று பேச்சைத் தொடர்ந்தது ஆண் வான்கோழி.

ஆண் வான்கோழி பேச்சை நிறுத்தி, அதன் மதிப்பை உயர்த்துவதற்காகக் கொஞ்சம் நேரம் மௌனமாய் இருந்துவிட்டு, பின்பு மேலே சொல்லியது:

"ஆமாம், ஆக, முக்கிய விஷயத்துக்கு வருவோம். முள்ளெலிகளைப் பற்றி எங்களுக்கு ஒன்றுமே தெரியாது என்று நீங்கள் நினைத்தீர்களா என்ன? உங்களை நாய்க்குடை என்று குறிப்பிட்ட திருவாளர் தாரா விளையாட்டுக்கு அப்படிச் சொன்னார் என்பதில் எனக்குச் சந்தேகம் இல்லை. சேவலாரும் மற்றவர்களும் அப்படியே... உண்மைதானே, திருவாளர்களே?"

"முழுக்க முழுக்கச் சரியான பேச்சு, வான்கோழியாரே!" என்று எல்லாப் பறவைகளும் ஒன்றாகப் பெருங்கூச்சல் போடவே, முள்ளெலி தன் கறுப்பு மூஞ்சியை மறைத்துக்கொண்டது.

ஆண் வான்கோழி பேச்சைத் தொடர்ந்தது: "திருவாளர் முள்ளெலியாரே, எங்கள் எல்லோருக்கும் வேடிக்கைப் பேச்சு பிடிக்கும் என்பதை நீங்களே காண்கிறீர்கள். என்னைப் பற்றியோ, சொல்லவே வேண்டியதில்லை... ஆமாம். கேலிப்பேச்சு பேசாமல் எதற்காக இருக்கவேண்டும்? அதோடு, எனக்கு என்ன தோன்றுகிறது என்றால்,

திருவாளர் முள்ளெலியாரே, நீங்களும் குதூகல சுபாவம் உள்ளவர்...”

முள்ளெலி மூஞ்சியை மறுபடி துருத்தி, “ஆகா, சரியாகக் கண்டு கொண்டீர்கள். இந்தக் குதூகல சுபாவம் காரணமாக நான் இரவு நேரங்களில் தூங்குவது கூட இல்லை... ரொம்பப் பேரால் தூங்காமல் இருப்பதைத் தாங்க முடிவதில்லை. ஆனால் எனக்கோ, தூங்கச் சலிப்பாய் இருக்கிறது” என்றது.

“சந்தேகம் இல்லாமல் விளையாட்டுக்குத்தான்” என்று உறுதிப்படுத்தியது முள்ளெலி. “எனக்கே அப்படி ஒரு குதூகல சுபாவம்!”

ஆண் வான்கோழி முள்ளெலியின் காது வரை குனிந்து, இரகசியமாகக் கிசுகிசுத்தது:

“போனால் போகிறது, ஒரு பெரிய இரகசியத்தை உங்களுக்குத் தெரிவிக்கிறேன்... ஆனால்... ஒரு நிபந்தனை: யாரிடமும் சொல்லக் கூடாது. என்னைப் பற்றி நானே சொல்லிக்கொள்ள எனக்குக் கூச்சமாகத்தான் இருக்கிறது, ஆனால் என்ன செய்வது நான் எல்லாவற்றையும் விடப் புத்திசாலியாய் இருக்கும்போது? எனக்கு இது சில வேளைகளில் சங்கடமாகக் கூட இருக்கிறது, ஆனாலும் சூரியனைக் கையால் மறைக்க முடியுமா?... தயவுசெய்து யாரிடமும் இதைப்பற்றி ஒரு வார்த்தை கூடச் சொல்லாதீர்கள்!”

9. பாலும் பொங்கலும் கடுவன்பூனை மூர்க்காவும்

1

நீங்கள் என்ன வேண்டுமானாலும் நினைத்துக் கொள்ளுங்கள், நடந்தது ஒரே ஆச்சரியம்! இது நாள்தோறும் திரும்பத் திரும்ப நடந்தது எல்லாவற்றையும் விட ஆச்சரியம். பால் பாத்திரத்தையும் ஓட்ஸ் தானியப் பொங்கல் பானையையும் அடுப்பின் மேல் வைக்க வேண்டியதுதான், உடனே தொடங்கிவிட்டது இது. முதலில் ஒன்றுமில்லை என்பது போலப் இரண்டும் பேசாதிருந்தன, ஆனால் அப்புறம் தொடங்கியது பேச்சு:

“நான்தான் பால்...”

“நானோ, ஓட்ஸ் பொங்கல்!”

முதலில் பேச்சு மெதுவாக, கிசுகிசுக் குரல்களில் நடந்தது. அப்புறம் பொங்கலும் பாலும் கொஞ்சங் கொஞ்சமாக ஆத்திரப்பட ஆரம்பித்தன.

“நான்தான் பால்!”

“நான் ஓட்ஸ் பொங்கலாக்கும்!”

மூடியால் பானை மூடப்பட்டிருந்தது, ஆகையால் பானைக்குள் பொங்கல் கிழவி போலப் பொடுபொடுத்தது. அதற்கு எரிச்சல் அதிகமானபோது குமிழி கிளம்பி வெளியே வந்து வெடித்தது.

“என்ன ஆனாலும் நான் பொங்கலாக்கும்... டுபுக்!”

இந்தத் தற்பெருமையைப் பாலினால் தாங்கிக்கொள்ளவே முடியவில்லை. அடேயப்பா, ரொம்பத்தான் அபூர்வப் பண்டமாக்கும்! வெறும் ஓட்ஸ் பொங்கல்! பாலுக்கு எரிச்சல் மண்டத் தொடங்கியது. அது நுரைத்துப் பொங்கி,

பாத்திரத்துக்கு வெளியே வழியப் பார்த்தது. சமையல்காரி கொஞ்சம் கவனப் பிசகாக இருந்ததால் பால் பொங்கிச் சூடான அடுப்பின் மேல் பெருகியது.

“இந்தப் பாலோடு எனக்குப் பெரும் பாடாய்ப் போய்விட்டது! கொஞ்சம் அசந்தால் மறந்தால் போதும், பொங்கி வழிந்துவிடுகிறது” என்று சமையல்காரி ஒவ்வொரு தரமும் குறை சொன்னாள்.

“என்ன செய்வது, என் சுபாவம் அப்படி, நான் ஒரே முன்கோபி. இப்படி எரிந்து விழுவது எனக்கே பிடிக்கவில்லை. ஆனால் இந்தப் பொங்கல் ஓயாமல் பெருமை அடித்துக்கொள்கிறது, ‘நான் பொங்கலாக்கும், நான் பொங்கலாக்கும்....’ என்று. பானையில் இருந்தபடி முணுமுணுத்துக் கொண்டேயிருக்கிறது. அதனால்தான் எனக்குக் கோபம் வருகிறது” என்று சமாதானம் சொல்லியது பால்.

விவகாரம் சில வேளைகளில் ஒரேயடியாக முற்றிவிட்ட போது பொங்கலும் மூடியை மதியாமல் பொங்கி வழிந்து அடுப்பின் மேல் ஊர்ந்து கொண்டே, “நான் ஓட்ஸ் பொங்கல்! ஓட்ஸ் பொங்கல்! பொங்கல்... ஓட்ஸ்ஸ்ஸ்!” என்று சீறியது.

இந்த மாதிரி நேர்ந்தது எப்போதாவதுதான், ஆனாலும் சமையல்காரி ஆத்திரத்துடன் மறுபடி மறுபடி கத்தினாள்:

“சரியான தொல்லை இந்தப் பொங்கல்!... பானையிலே அக்கடா என்று கிடக்க இதற்கு ஏன்தான் முடியவில்லையோ, ஆச்சரியந்தான்.”

2

சமையல்காரி அடிக்கடி தொல்லைப்பட்டாள். அதற்குப் பல வகையான காரணங்களும் இருந்தன... உதாரணமாக, கடுவன் பூனை மூர்க்கா படுத்திய பாடே போதுமே! ஒன்று சொல்லிவிடுகிறேன், அது ரொம்ப அழகான பூனை, சமையல்காரிக்கு அதன் மேல் ஒரே அன்பு. ஒவ்வொரு நாள் காலையிலும் மூர்க்கா சமையல்காரியை விடாமல்

பின்தொடர்ந்து கல் மனமும் கரையும்படியான பரிதாபக் குரலில் "மியாவ்! மியாவ்!" என்று கத்திய வண்ணமாய் இருந்தது.

சமையல்காரி பூனையை விரட்டி, "வயிறா, கிடங்கா? என்ன தின்றாலும் உனக்குப் போதவில்லையே! நேற்றைக்கு ஈரல் மட்டும் எவ்வளவு தின்றாய்?" என்று ஆச்சரியப்பட்டாள்.

"அது நேற்றைக்கு அல்லவா?" என்று தானும் ஆச்சரியப்பட்டது பூனை மூர்க்கா. "இன்றைக்கோ, எனக்கு மறுபடி பசிக்கிறது... மியா–ஆ–வ்!" என்றது.

"சுண்டெலிகளைப் பிடித்துத் தின்கிறதுதானே, சோம்பேறி?"

"ஆமாமாம், சொல்லுவதற்கு இது நன்றாய்த்தான் இருக்கிறது. ஒரு சுண்டெலியையாவது நீயே பிடித்துப் பார்த்தாயானால் தெரியும். நான் என்னவோ போதுமான அளவு பாடுபடத்தான் செய்கிறேன். உதாரணமாக, போன வாரம் சுண்டெலியைப் பிடித்தது யாராம்? என்னுடைய மூக்கில் சிராய்ப்பு ஏற்பட்டது எப்படியாம்? இத்தனாம் பெரிய எலியையாக்கும் பிடித்தேன், அதுவும் என் மூக்கை லபக்கென்று பிடித்துவிட்டது... சுண்டெலிகளைப் பிடி என்று சொல்லுவதுதான் சுலபம்."

வயிறு நிறைய ஈரலைத் தின்ற பின் மூர்க்கா அடுப்பின் பக்கத்தில் இதமான சூடு உள்ள இடமாகப் பார்த்து உட்கார்ந்து, கண்களை மூடிக் கொண்டு இனிமையாகத் தூங்கிற்று.

"பார்த்தாயா, எப்படி வயிறு புடைக்கத் தின்றிருக்கிறாய்! கண்களை வேறு சுருக்கிக்கொண்டுவிட்டாயே, தூங்குமூஞ்சீ... இந்த அழகில் எப்போது பார்த்தாலும் இறைச்சி வேண்டுமாம் இதற்கு!" என்று நொடித்தாள் சமையல்காரி.

வயிறார உண்ட பிறகு மூர்க்கா தன் சொந்தப் பொழுதுபோக்குக்காக வெளி விஷயங்களில் ஈடுபட்டது. உதாரணமாக, மைனாக் கூண்டு தொங்கிக் கொண்டிருந்த சன்னல் குறட்டின் மேல் இரண்டு மணிநேரம் ஏன் உட்கார்ந்திருக்கக் கூடாது? அந்த அசட்டுப் பறவை துள்ளுவதைப் பார்க்க ரொம்ப வேடிக்கையாய் இருக்கும்.

“உன்னை எனக்குத் தெரியுமடா கடைகெட்ட போக்கிரிப் பயலே! என்னைப் பார்க்காதே வீணாக....” என்று மேலே இருந்து கத்தியது மைனா.

‘‘உன்னோடு சிநேகம் செய்துகொள்ள நான் விரும்பினாலோ?’’

“தெரியும் எனக்கு, நீ சிநேகம் செய்துகொள்ளும் விதம்... அருமையான, உயிருள்ள சிட்டுக்குருவியைக் கொஞ்ச நேரத்துக்கு முன்னால் தின்றது யார்? சீ, உன்னைக் கண்டாலே கரிக்கிறது, அசிங்கமே!”

“நான் ஒன்றும் அசிங்கம் இல்லை. உண்மையில் நேர் எதிரானவன் கூட. எல்லாருக்கும் என்னைப் பிடித்திருக் கிறது... வா என்கிட்டே, உனக்கு ஒரு கதை சொல்லுகிறேன்.”

3

மூர்க்கா ஒவ்வொரு நாள் காலையிலும் எரியும் அடுப்பின் பக்கத்தில் உட்கார்ந்து, பொங்கலும் பாலும் சண்டை போடுவதைப் பொறுமையாகக் கேட்டுக்கொண்டிருந்தது. விஷயம் என்ன என்று புரிந்துகொள்ள அதனால் முடியவில்லை. வெறுமனே இமைகளைத்தான் கொட்டிக்கொண்டிருந்தது.

“நான் பால்.”

‘‘நான் பொங்கல்! ஓட்ஸ் பொங்கல்– பொங்கல்– ஓட்ஸ்ஸ்ஸ்...’’

“இல்லை, எனக்குப் புரியவில்லை, ஒன்றும் புரியவே இல்லை. எதற்காக இவை ஆத்திரப்படுகின்றன.” “நான் பூனை, நான் பூனை, பூனை, பூனை....’’ என்று நான் திருப்பித் திருப்பிச் சொன்னால் யாருடைய மனமாவது புண்படுமா?... இல்லை, எனக்குப் புரியவில்லை... ஆனால் ஒன்று, எனக்கு அதிகம் பிடித்தது பால்தான், அதிலும் அது கோபிக்காமல் இருக்கும்போது” என்றது மூர்க்கா.

ஒருநாள் பாலும் பொங்கலும் தனிப்பட்ட எரிச்சலுடன் சண்டை போட்டு, பொங்கி, பாதி வரை அடுப்பில்

பெருகின. அதனால் கடுமையான கரிப்புகை கிளம்பியது. சமையல்காரி ஓடிவந்து கைகளை உதறினாள்.

“ஊம், இப்போது நான் என்ன செய்யப்போகிறேன்? கொஞ்சம் திரும்பினோமோ போச்சு...” என்று முறையிட்டு, பாலையும் பொங்கலையும் அடுப்பிலிருந்து இறக்கி வைத்தாள்.

பாலையும் பொங்கலையும் இறக்கி வைத்துவிட்டு, உணவுப் பண்டங்கள் வாங்குவதற்காக அவள் கடைக்குப் போனாள். அந்தச் சந்தர்ப்பத்தை உடனே பயன்படுத்திக் கொண்டது மூர்க்கா. அது பாலின் பக்கத்தில் உட்கார்ந்து, அதன்மேல் ஊதிவிட்டுச் சொல்லியது:

“தயவுசெய்து கோபிக்காதேயும், பாலாரே...”

பாலின் கோபம் கண்கூடாகத் தணியத் தொடங்கியது. மூர்க்கா அதைச் சுற்றி வந்து இன்னொரு தரம் ஊதியது, மீசையைச் சரிப்படுத்திக் கொண்டது, பிறகு அன்பு ததும்பச் சொல்லியது:

“கேளுங்கள் திருவாளர்களே... சண்டை போடுவது பொதுவாகவே கெடுதல். ஆமாம். என்னை நடுவனாகத் தேர்ந்தெடுங்கள், உங்கள் விவகாரத்தை நொடியில் தீர்த்து வைக்கிறேன்.”

இடுக்கில் உட்கார்ந்திருந்த கறுப்புக் கரப்பான் பூச்சி இதைக் கேட்டுப் புரையேறும்படிச் சிரித்தது: “அருமையான நடுவன்... ஹ—ஹா! இந்தக் கடைகெட்ட போக்கிரிப் பூனை என்னவெல்லாம்தான் சூழ்ச்சி செய்கிறது!...” ஆனால் பாலும் பொங்கலுமோ, தங்கள் சச்சரவு கடைசியில் தீர்க்கப்படும் என்பதால் மகிழ்ந்தன. விஷயம் என்ன, எதற்காகச் சண்டை போடுகின்றன என்று சொல்லக்கூட அவைகளால் முடியவில்லை.

“நல்லது, நல்லது, எல்லாவற்றையும் சரிப்படுத்துகிறேன். நான் பாசாங்கு பண்ண மாட்டேன்... ஊம், பாலிலிருந்து தொடங்குவோம்” என்றது மூர்க்கா.

அது பால் பாத்திரத்தைப் பலமுறை சுற்றி வந்தது, காலால் தொட்டுப் பார்த்தது, பாலின் மேல் ஊதியது, பின்பு நக்கத் தொடங்கியது.

“ஐயையோ! காப்பாற்றுங்கள்! இது எல்லாப் பாலையும் நக்கிக் குடித்து விடும், பழி என்மேல் சாரும்!” என்று கத்தியது கரப்பான்.

கடையிலிருந்து திரும்பி வந்த சமையல்காரி பாலை எடுக்கப் போன போது பாத்திரம் காலியாய் இருந்தது. கடுவன் பூனை மூர்க்கா அடுப்பின் பக்கத்திலேயே படுத்து, ஒன்றுமே நடக்காதது போல இனிய தூக்கத்தில் ஆழ்ந்திருந்தது.

சமையல்காரி அதன் காதைப் பிடித்துக்கொண்டு, “அட உதவாக்கரை! பாலைக் குடித்துத் தீர்த்தது யார், சொல்லு?” என்று அதட்டினாள்.

கடுமையாக வலித்தபோதிலும் தனக்கு ஒன்றும் புரியவில்லை போலவும் பேசத் தெரியாது போலவும் நடித்தது மூர்க்கா. சமையல்காரி கதவுக்கு வெளியே அதை எறிந்தாள். அது உடம்பை உதறி, கசங்கின ரோமங்களை நக்கி வாலை நேராக்கிக்கொண்டு சொல்லியது:

“நான் சமையல்காரியாக இருந்தால், எல்லாப் பூனைகளும் விடிந்தது முதல் நடுநிசி வரை ஓயாமல் பாலையே குடித்துக் கொண்டிருக்கும். ஆனாலும் என் சமையல்காரி மேல் நான் கோபப்படவில்லை, ஏனென்றால் அவளுக்கு இது புரியாது...”

10. தூங்கும் நேரம்

1

அலியோனுஷ்காவின் ஒரு கண் மூடிக்கொள்கிறது, அவளுடைய ஒரு காது தூக்கத்தில் ஆழ்கிறது...

"அப்பா, இங்கேதானே இருக்கிறாய்?"

"இங்கேதான், கண்ணே..."

"ஒன்று சொல்லட்டுமா அப்பா... நான் அரசி ஆக விரும்புகிறேன்..."

அலியோனுஷ்கா உறங்கிவிடுகிறாள், தூக்கத்தில் புன்னகை செய்கிறாள்.

ஆகா, எத்தனை நிறையப் பூக்கள்! அவைகளும் எல்லாம் புன்னகைக்கின்றன. அவை அலியோனுஷ்காவின் கட்டிலைச் சூழ்ந்து கொண்டு கிசுகிசுக்கின்றன, மெல்லிய, இனிய குரல்களில் சிரிக்கின்றன. அவைகளில் சில பூக்கள் சிவப்பானவை, சில நீலப்பூக்கள், மஞ்சள், இள நீலம், ரோஜா, வெள்ளை முதலிய நிறங்கள் உள்ளவை மற்றப் பூக்கள். வானவில் தரையில் விழுந்து பல நிறத் தீப்பொறிகளாகச் சிதறியது போலக் காணப்படுகின்றன அவை. குழந்தைகளின் குதூகலம் பொங்கும் கண்கள் போல் இருக்கின்றன சில மலர்கள்.

"அலியோனுஷ்கா அரசியாக ஆசைப்படுகிறாளாம்!" என்று மெல்லிய பச்சைக் காம்புகளில் அசைந்தாடிக் கொண்டு குதூகலமாகக் கணகணத்தன நீலமணிப் பூக்கள்.

அடக்கமுள்ள இளநீலச் சிறு மலர்கள், "அட எவ்வளவு வேடிக்கையான பெண் இவள்!" என்று கிசுகிசுத்தன.

"அரசி ஆக என்றால் என்ன அர்த்தம்? நான் வயலில் வளர்ந்தவன் ஆகையால் நகரத்து நடைமுறை எனக்குப் புரியவில்லை" என்றது நீலக் களைப்பூ.

ரோஜா நிறக் கார்னேஷன் மலர் அதற்குப் பதில் சொல்லிற்று: "இது மிகவும் எளியது. விளக்கவே தேவை இல்லாதபடி அவ்வளவு எளியது இது. அரசி என்றால்... என்றால்... உங்களுக்கு என்ன, ஒன்றும் புரியவில்லையா? அட எவ்வளவு விந்தையானவர்கள் நீங்கள்... அரசி என்பது இளஞ்சிவப்பு மலராக, அதாவது என்னைப் போல இருப்பதற்குப் பெயர். வேறு வார்த்தைகளில் சொன்னால், அலியோனுஷ்கா கார்னேஷன் மலராக இருக்க விரும்புகிறாள். உங்களுக்குப் புரிகிறது என்று நினைக்கிறேன்."

எல்லா மலர்களும் குதூகலமாகச் சிரித்தன. ரோஜாப் பூக்கள் மட்டும் பேசாதிருந்தன. அவற்றுக்கு ரோசம் தாங்கவில்லை. மென்மையும் இனிய மணமும் உள்ள அற்புதமான ரோஜாவே எல்லா மலர்களுக்கும் அரசி என்பது யாருக்குத்தான் தெரியாது? இப்போது என்னடா என்றால் தானே அரசி என்று ஏதோ ஒரு கார்னேஷன் மலர் சொல்லிக்கொள்கிறதே... இது கொஞ்சங்கூடச் சரி இல்லை... முடிவில் ஒரு ரோஜா கடுங்கோபத்தால் செக்கச் சிவந்துபோய்விட்டது.

"இல்லை, மன்னியுங்கள், அலியோனுஷ்கா ஆசைப்படுவது ரோஜா ஆக வேண்டும் என்றாக்கும்.... ஆமாம்! ரோஜா எல்லோருக்கும் பிடித்திருப்பதால் அதுவே அரசி" என்றது அது.

2

பூக்கள் மிக நிறைய இருந்தன, வேடிக்கையாகச் சண்டை போட்டன. வெண்மணிப் பூக்கள், ஊதாப் பூக்கள், இளநீலச் சிறு மலர்கள், நீலமணிப் பூக்கள், நீலக் களைப்பூக்கள் போன்ற தாமே வளரும் வயல் வெளிப் பூக்கள் ரொம்ப அடக்கமாக இருந்தன. ஆனால் தோட்டங்களிலும் பண்ணைகளிலும் வளர்க்கப்படும் பூக்களோ, கொஞ்சம் பிகு பண்ணிக்கொண்டன. ரோஜாக்கள், டியூலிப்புகள், அல்லிகள், இள மஞ்சள் நர்கிஸ் மலர்கள், லில்லிப் பூக்கள் முதலிய இந்த வகை மலர்கள் பகட்டாக உடை அணிந்த பணக்கார வீட்டுக் குழந்தைகள் போலச் சவடால் அடித்தன. அடக்கமுள்ள வயற்காட்டுப் பூக்கள்தாம்

அலியோனுஷ்காவுக்கு அதிகம் பிடித்தன. அவற்றைக் கொண்டு அவள் பூச்செண்டுகள் கட்டினாள், மாலைகள் தொடுத்தாள். எவ்வளவு அருமையானவை அவை!

"அலியோனுஷ்காவுக்கு எங்கள் மேல் ஒரே அன்பு. வசந்த காலத்தில் முதலில் மலர்பவர்கள் நாங்கள்தாமே. வெண்பனி இளகினதுமே நாங்கள் பூத்துவிடுகிறோம்" என்று கிசுகிசுத்தன ஊதாப்பூக்கள்.

இனிய மணம் வீசிய சுருட்டைத் தலைகளை ஆட்டிக் குறை சொல்லின லில்லிப் பூக்களும் செந்நீலமணிப் பூக்களும்: "வயல்வெளிகளில் வளர்வதற்கு எங்களுக்குக் குளிர்கிறது என்றால் அது எங்கள் குற்றமா என்ன? நாங்கள் இங்கே விருந்துக்கு வந்தவர்கள். எங்கள் தாய்நாடு வெகு தொலைவில் இருக்கிறது. இங்கே உள்ளது போன்ற பனிக் காலமே அங்கே கிடையாது. எப்போதும் இதமான வெப்பம் நிலவும். ஆகா, அங்கே எவ்வளவு நன்றாய் இருக்கும், தெரியுமா? எங்கள் இனிய தாய்நாட்டை எண்ணி எண்ணி ஏங்குகிறோம் நாங்கள்... வடக்கில் உள்ள உங்கள் நாட்டில் ஒரே குளிர். எங்கள் மேலும் அலியோனுஷ்காவுக்கு அன்பு உண்டு, நிறைய அன்பு..."

"எங்கள் நாட்டிலும் பருவம் நல்லதுதான். சில வேளைகளில் குளிர் கடுமையாய் இருப்பது உண்மையே. ஆனால் இது அருமையானது... தவிர, புழுக்கள், பூச்சிகள், பலவித வண்டுகள் முதலிய எங்கள் கொடிய பகைவர்களைக் குளிர் ஒழித்துவிடுகிறது. குளிர் இல்லாவிட்டால் எங்கள் பாடு மோசம் ஆகிவிடும்" என்று வாதாடின வயல் பூக்கள்.

"எங்களுக்கும் குளிர் பிடிக்கும்" என்றன ரோஜா மலர்கள்.

அலங்காரப் பூக்களான அஸாலியாக்களும் கமேலியாக்களும் ஒத்துப் பாடின. இந்த எல்லாச் செடிகளுக்கும் மலரும் பருவத்தில் குளிர் வேண்டியிருந்தது.

"நண்பர்களே, நம் தாய்நாட்டைப் பற்றி விவரிப்போம். அது மிகவும் சுவாரசியமாக இருக்கும்... அலியோனுஷ்கா நாம் சொல்வதைக் கேட்பாள். அவளுக்குத்தான் நம்மைப் பிடிக்குமே..." என்று யோசனை சொல்லிற்று வெள்ளை நர்கிஸ் மலர்.

உடனே எல்லாம் ஒரே நேரத்தில் பேசத் தொடங்கின. ரோஜாக்கள் அழகான ஷிராஸ் பள்ளத்தாக்குகளையும் செந்நீல மணிப் பூக்கள் பாலஸ்தீனத்தையும் அஸாலியாக்கள் அமெரிக்காவையும் அல்லிகள் எகிப்தையும் கண்ணீர் ததும்ப நினைவுகூர்ந்தன... உலகின் எல்லாப் பகுதிகளிலும் இருந்து வந்த மலர்கள் அங்கே கூடியிருந்தன. ஒவ்வொன்றும் நிறையக் கதைகள் சொல்ல முடிந்தது. தெற்குப் பகுதிகளில் வெயில் நிறைய உண்டு, பனிக்காலங்கள் கிடையாது ஆகையால் எல்லாவற்றையும் விட அதிகமான பூக்கள் அங்கிருந்து வந்திருந்தன. ஆகா, அங்கே எவ்வளவு நன்றாய் இருக்கும்! எப்போதும் கோடைதான்! எவ்வளவு பிரமாண்டமான மரங்கள் அங்கே வளர்கின்றன, எப்பேர்ப்பட்ட அற்புதப் பறவைகள், பறக்கும் மலர்கள் போன்ற அழகான வண்ணத்திப் பூச்சிகளும் வண்ணத்திப் பூச்சிகள் மாதிரியான பூக்களும் எத்தனை...

இந்தக் கதைகளை எல்லாம் முடிவுவரை கேட்ட பிறகு நீலக் களைப்பூ சொல்லிற்று: “உங்களிடம் ஒரு பெரிய குறை இருக்கிறது. வயல் பூக்களான எங்களை விட நீங்கள் சில வேளைகளில் அதிக அழகானவர்கள் என்பதை நான் மறுக்கவில்லை, தாராளமாக ஒப்புக்கொள்கிறேன்... ஆம்... சுருங்கச் சொன்னால், நீங்கள் எங்கள் அன்புக்கு உரிய விருந்தாளிகள். உங்களுடைய பெரிய குறை என்ன என்றால், நீங்கள் பணக்காரர்களுக்காக மட்டுமே வளர்வதுதான். நாங்களோ, எல்லாருக்காகவும் வளர்கிறோம். நாங்கள் எவ்வளவோ அதிக தாராள புத்தி உள்ளவர்கள். உதாரணமாக, கிராமங்களில் உள்ள ஒவ்வொரு குழந்தையின் கைகளிலும் நீங்கள் என்னைக் காணலாம். எல்லா ஏழைக் குழந்தைகளுக்கும் நான் எவ்வளவு மகிழ்ச்சி உண்டாக்குகிறேன் பாருங்கள்! என்னை விலை கொடுத்து வாங்க வேண்டாம், வயல்களுக்குப் போனால் போதும். கோதுமை, ரை, ஓட்ஸ் முதலிய பயிர்களோடு சேர்ந்து நான் வளர்கிறேன்.”

3

பூச்செடிகள் சொன்னவை எல்லாவற்றையும் அலியோனுஷ்கா காது கொடுத்துக் கேட்டாள். அவளுக்கு

ஒரே வியப்பாய் இருந்தது. கேட்ட எல்லாவற்றையும், எல்லா அற்புத நாடுகளையும் நேரில் பார்க்க அவளுக்கு பெரும் ஆவல் ஏற்பட்டது.

"நான் மட்டும் தூக்கணாங்குருவியாக இருந்தால் இப்போதே பறந்து போயிருப்பேன். எனக்கு ஏன் இறக்கைகள் இல்லை? ஆகா, பறவையாய் இருந்தால் எவ்வளவு நல்லது!" என்று சொல்லிக்கொண்டாள்.

அவள் இதைச் சொல்லி முடிப்பதற்குள் புள்ளிகள் இட்ட சிறு செவ்வண்டு அவளிடம் ஊர்ந்து வந்தது. அதன் சிவப்பு உடம்பில் கரும் புள்ளிகளும் கறுப்புத் தலையும் மெல்லிய கால்களும் இருந்தன.

செவ்வண்டு மீசைகளை ஆட்டி, "வா, அலியோனுஷ்கா, பறப்போம்!" என்று கிசுகிசுத்தது.

"எனக்கு இறக்கைகள் இல்லையே, வண்டுக் கண்ணே!"

"என் மேல் ஏறிக்கொள்..."

"நீ சின்னவன், நான் எப்படி ஏறிக்கொள்வேன்?"

"இதோ பார்..."

அலியோனுஷ்கா வண்டைப் பார்க்கத் தொடங்கினாள். அவளுடைய வியப்பு நொடிக்கு நொடி அதிகம் ஆனது. வண்டு கடினமான மேல் இறக்கைகளை விரித்த அது இரண்டு மடங்கு பெரியது ஆனது. பின்பு சிலந்தி வலை போல மெல்லிய கீழ் இறக்கைகளை விரித்து இன்னும் பெரியது ஆனது. அலியோனுஷ்கா பார்த்துக் கொண்டிருந்தபோதே வளர்ந்து ரொம்பப் பெரியது ஆகிவிட்டது. அதன் சிவப்பு இறக்கைகளுக்கு நடுவே முதுகின் மேல் அலியோனுஷ்கா தாராளமாக உட்கார முடிந்தது.

உனக்குச் சவுகரியமாக இருக்கிறதா, அலியோனுஷ்கா?" என்று கேட்டது வண்டு.

"ரொம்ப."

“சரி. இப்போது கெட்டியாகப் பிடித்துக்கொள்...”

பறக்க ஆரம்பித்த முதல் கணங்களில் அலியோனுஷ்கா அச்சத்தால் கண்களைக் கூட மூடிக்கொண்டாள்.

கீழே பார்த்த அலியோனுஷ்கா மகிழ்ச்சியால் கைகளைக் கூடக் கொட்டினாள்.

“ஆகாகா, எத்தனை ரோஜாப் பூக்கள்... சிவப்பும் மஞ்சளும் வெள்ளையும் இளஞ்சிவப்புமாக!”

அப்போதுதான் மலர்ந்த ரோஜா மலர்களின் இரத்தினக் கம்பளம் தரை மேல் விரித்தது போல் இருந்தது.

‘‘தரையில் இறங்குவோம்’’ என்று வண்டைக் கேட்டுக்கொண்டாள் அலியோனுஷ்கா.

அவர்கள் இறங்கியதும் அலியோனுஷ்கா முன்போல் பெரியவளாகவும் வண்டு சின்னதாகவும் மாறிவிட்டார்கள்.

ரோஜா வயலில் அலியோனுஷ்கா வெகுநேரம் ஓடி, பூக்களைப் பறித்து, பிரமாண்டமான பூச்செண்டு கட்டினாள். அந்த ரோஜாக்கள் தாம் எவ்வளவு அழகு! அவற்றின் வாசனையால் தலை சுற்றியது. வடக்கே ரோஜாக்கள் அரிய விருந்தாளிகள். இந்த ரோஜா வயல் முழுவதையும் அங்கே கொண்டு வைக்க முடிந்தால் எவ்வளவு நன்றாய் இருக்கும்!...

வண்டு இறக்கைகளை விரித்து, “நல்லது, இப்போது மேலே பறப்போம்” என்றது.

அது மறுபடியும் ரொம்ப ரொம்பப் பெரியது ஆகிவிட்டது. அலியோனுஷ்காவோ, சின்னூண்டு ஆகிவிட்டாள்.

4

அவர்கள் மறுபடி பறந்தார்கள்.

சுற்று முற்றும் கண்கொள்ளாக் காட்சி! வானம் ஒரே நீலம், கீழேயோ, அதைவிட நீலமான கடல். மலைப்பாங்கான செங்குத்துக் கரைக்கு மேலே அவர்கள் பறந்துகொண்டிருந் தார்கள்.

"நாம் பறந்து கடலைத் தாண்டப்போகிறோமா என்ன?" என்று கேட்டாள் அலியோனுஷ்கா.

"ஆமாம்... ஆடாமல் அசங்காமல் உட்கார்ந்திரு, கெட்டியாகப் பிடித்துக் கொள்."

முதலில் அலியோனுஷ்காவுக்குப் பயமாகக் கூட இருந்தது, பிறகு சரியாகி விட்டது. வானத்தையும் தண்ணீரையும் தவிர எதுவுமே இருக்கவில்லை. வெள்ளைச் சிறகுகள் கொண்டு பெரிய பறவைகள் போலக் கடலில் மிதந்தன கப்பல்கள்... சிறு படகுகள் ஈக்கள் போல் இருந்தன. ஆகா, என்ன அழகு, எவ்வளவு நன்றாய் இருந்தது! அதற்குள் முன்னே தெரிந்தது கடல் கரை. தாழ்ந்து, மஞ்சளான மணல் கரை. ஒரு பெரிய ஆற்றின் கழிமுகமும் சர்க்கரைக் கட்டிகளால் கட்டப்பட்டது போல வெள்ளையாய் இருந்த ஒரு நகரமும் காணப்பட்டன. அப்பால் தெரிந்தது உயிரற்ற பாலைவனம். அதில் கோபுர வடிவான பிரமிடுகள்தாம் இருந்தன. வண்டு ஆற்றின் கரையில் இறங்கியது. இங்கே பச்சை நாணல் புதர்கள் மண்டியிருந்தன, அற்புத மென்மை உள்ள அல்லிகள் பூத்திருந்தன.

அவர்கள் மேலே பறந்துபோனார்கள். ஆனால் நீலக் கடலோ, மலைகளோ, வெயிலில் பொசுங்கிய பாலைவனமோ, அங்கு வளர்ந்த செந்நீலமணிப் பூக்களோ, அலியோனுஷ்காவுக்கு இப்போது வியப்பு ஊட்டவில்லை.

"எனக்கு ஒரே வெக்கையாய் இருக்கிறது. செவ்வண்டே, ஒன்று சொல்லட்டுமா? எப்போதும் கோடையாகவே இருப்பது கெடுதல் கூட" என்றாள் அலியோனுஷ்கா.

"எல்லாம் பழக்கத்தைப் பொறுத்தது, அலியோனுஷ்கா."

அவர்கள் உயரமான மலைகளைக் கடந்து பறந்தார்கள். மலைச் சிகரங்கள் மேல் உருகாத வெண்பனி படிந்திருந்தது. அங்கே அவ்வளவு வெக்கையாக இல்லை. மலைகளின் மறு பக்கம் கடக்க முடியாத அடர்ந்த காடுகள் இருந்தன. பந்தல்கள் போன்ற மரங்களின் அடியில் இருட்டாய் இருந்தது, ஏனென்றால் அடர்ந்த மர முடிகளைக் கடந்து சூரிய வெளிச்சத்தால் புக முடியவில்லை. கிளைகளின் மேல் குரங்குகள் துள்ளிக்கொண்டிருந்தன. பச்சையும் சிவப்பும்

மஞ்சளும் நீலமுமான பறவைகள் கணக்கில்லாமல் இருந்தன... ஆனால் மரங்களின் கிளைகளில் மலர்ந்திருந்த பூக்கள்தாம் எல்லாவற்றிலும் அற்புதமாக இருந்தன. வேறு சிலப் பூக்கள் பெரிய வண்ணத்திப் பூச்சிகள் மாதிரிக் காணப்பட்டன. காடு முழுவதும் தீப்பற்றி எரிவது போல காணப்பட்டது.

''இவை ஆர்க்கிடு மலர்கள்'' என்று விளக்கியது செவ்வண்டு.

எல்லாம் ஒன்றோடு ஒன்று பின்னிக்கொண்டு இருந்ததால் இங்கே நடப்பது முடியாததாக இருந்தது.

அவர்கள் மேலே பறந்து போனார்கள். பசுமையான கரைகளுக்கு நடுவே பெருகி ஓடியது ஒரு பெரிய ஆறு. தண்ணீரில் வளர்ந்திருந்த பெரிய வெள்ளைப் பூவின் மேல் இறங்கி அமர்ந்தது செவ்வண்டு. இவ்வளவு பெரிய பூக்களை அலியோனுஷ்கா அதற்கு முன் பார்த்ததில்லை.

"இது புனித மலர். இதன் பெயர் தாமரை" என்று விளக்கியது செவ்வண்டு.

5

தான் கண்ட பலவகைக் காட்சிகளால் அலியோனுஷ்கா முடிவில் களைத்துப் போனாள். அவளுக்கு வீடு திரும்ப வேண்டும் போல் இருந்தது. என்ன இருந்தாலும் வீடு சிறந்தது அல்லவா?

''எனக்கு வெண்பனி பிடிக்கும். பனிக் காலம் இல்லாவிட்டால் மோசம்..."

அவர்கள் மறுபடி பறந்தார்கள். உயரே போகப் போகக் குளிர் அதிகம் ஆனது. விரைவில் வெண்பனி அடர்ந்த திடல்கள் கீழே தெரியத் தொடங்கின. ஊசியிலை மரக் காடுகள் மட்டுமே பசுமையாகக் காட்சி தந்தன. முதலாவது பிர் மரத்தைக் கண்டதும் அலியோனுஷ்காவுக்கு அளவற்ற மகிழ்ச்சி உண்டாயிற்று.

"பிர் மரமே, பிர் மரமே!" என்று கூவி அழைத்தாள்.

"வணக்கம், அலியோனுஷ்கா!" என்று கீழே இருந்து பதில் குரல் கொடுத்தது தளதளப்பான பிர் மரம்.

கண்களைத் திறந்த அலியோனுஷ்கா, தலை நரைத்துக் கூன் விழுந்த ஒரு கிழவரைக் கண்டாள். அவரையும் அவள் உடனே அடையாளம் தெரிந்துகொண்டாள். புத்திசாலிக் குழந்தைகளுக்குப் புத்தாண்டுப் பிர் மரங்களும் தங்க விண்மீன்களும் பெட்டிகள் நிறைய மிட்டாய்களும் அற்புதமான விளையாட்டுச் சாமான்களும் கொண்டு வந்து கொடுப்பாரே, அதே கிழவர்தாம் இவர். ஆகா, ரொம்ப ரொம்ப நல்ல மனம் உள்ளவர் இந்தக் கிழவர்!... அவர் சட்டென்று அலியோனுஷ்காவைத் தூக்கி, தம்முடைய மென்மயிர்த் தோல் மேலங்கியால் போர்த்திவிட்டு மறுபடி கேட்டார்:

"நீ இங்கே எப்படி வந்து சேர்ந்தாய், சின்னப் பெண்ணே?"

"நான் செவ்வண்டின் மேல் பயணம் செய்தேன்... ஆகா, என்னவெல்லாம் பார்த்தேன், தெரியுமா, தாத்தா!"

"அப்படியா, ஓகோ..."

"உங்களை எனக்குத் தெரியும், தாத்தா! குழந்தைகளுக்குப் புத்தாண்டு மரங்கள் கொண்டுவந்து கொடுப்பீர்களே..."

"ஆமாம், சரிதான்... இப்போதும் நான் பிர் மரம் தயார் செய்து கொண்டிருக்கிறேன்."

நீளமான கழி ஒன்றை அவர் அவளுக்குக் காட்டினார். அது பிர் மரம் போல இருக்கவே இல்லை.

"இதாவது, பிர் மரமாவது, தாத்தா? இது பெரிய கம்பு, அவ்வளவுதான்..."

"இதோ பார்ப்பாய்..."

அலியோனுஷ்காவை கிழவர் ஒரு சிறு கிராமத்துக்குத் தூக்கிக்கொண்டு போனார். கிராமத்தை வெண்பனி ஒரேயடியாக மூடியிருந்தது. வீடுகளின் கூரைகளும் புகைபோக்கிகளும் மட்டுந்தாம் வெளியே தெரிந்தன. கிராமத்துக் குழந்தைகள் கிழவரை எதிர்பார்த்துக் கொண்டிருந்தார்கள்.

“பிர் மரம்! பிர் மரம்!” என்று அவர்கள் ஆரவாரித்தார்கள்.

கிழவரும் அலியோனுஷ்காவும் முதல் வீட்டுக்கு வந்தார்கள். முழுமையான ஓட்ஸ் கதிர்க் கட்டு ஒன்றை எடுத்துக் கழியின் நுனியில் கட்டி, கழியைக் கூரை மேல் உயர்த்தினார் கிழவர். பனிக்காலத்தில் வெளி இடங்களுக்குப் பறந்து போகாத சிட்டுக் குருவிகள் போன்ற பல சின்னப் பறவைகள் உடனே நாலா புறமிருந்தும் அங்கே பறந்து வந்து தானியத்தைக் கொத்தத் தொடங்கின.

“இது எங்கள் புத்தாண்டு மரம்!” என்று கத்தின அவை.

அலியோனுஷ்காவுக்குச் சட்டென்று ஒரே மகிழ்ச்சியாய் இருந்தது. சின்னப் பறவைகளுக்காகப் பனிக் காலத்தில் புத்தாண்டு மரம் தயாரிக்கப்படுவது எப்படி என்பதை அவள் இப்போதுதான் முதல் தரம் பார்த்தாள்.

ஆகா, என்ன குதூகலம்!... ஆகாகா, எவ்வளவு நல்ல மனம் உள்ள கிழவர்! எல்லாவற்றையும் விட அதிகமாகப் பரபரத்துக்கொண்டிருந்த ஒரு சிட்டுக்குருவி அலியோனுஷ் காவைச் சட்டென்று அடையாளம் கண்டுகொண்டு கத்தியது:

“அட இவள் அலியோனுஷ்கா அல்லவா! எனக்கு இவளை நன்றாகத் தெரியுமே... ஒரு தரம் எனக்கு ரொட்டிப் பொருக்குகள் தின்னக் கொடுத்தாளே. ஆமாம்...”

மற்றச் சிட்டுக்குருவிகளும் அவளை யார் என்று தெரிந்துகொண்டு மகிழ்ச்சி பொங்க காச்சு மூச்சென்று கத்தின.

இன்னொரு சிட்டுக்குருவி அப்போது பறந்து வந்தது. படு சண்டைக்காரப் பறவை அது. எல்லாப் பறவைகளையும் இடித்துத் தள்ளிவிட்டு எல்லாவற்றிலும் நல்ல தானிய மணிகளைப் பிடுங்கிக்கொள்ள முயன்றது அது. முள்மீனோடு சண்டை போட்டதே, அந்தச் சிட்டுக் குருவிதான் இது. அலியோனுஷ்கா அதைத் தெரிந்து கொண்டாள்.

“வணக்கம், சிட்டுக்குருவீ!”

“ஓகோ, நீயா இது? அலியோனுஷ்கா வணக்கம்!”

சண்டைக்காரச் சிட்டுக்குருவி ஒற்றைக் காலில் தத்தி, ஒரு கண்ணைத் தந்திரமாகச் சிமிட்டி, வெண்பனித் தாத்தாவிடம் சொல்லியது:

‘‘நம்முடைய அலியோனுஷ்காவுக்கு அரசி ஆக ஆசையாம்... ஆமாம், அவள் இப்படிச் சொன்னதை என் காதால் கேட்டேன்.’’

‘‘உனக்கு அரசி ஆக விருப்பமா, குறும்புக்கார குட்டிப்பெண்ணே?’’ என்று கேட்டார் கிழவர்.

“ரொம்ப விருப்பம், தாத்தா!”

“நல்லது. இது மிகவும் சுலபம். எந்த அரசியும் பெண்தான், எந்தப் பெண்ணும் அரசிதான்... இப்போது வீட்டுக்குப் போய் எல்லாச் சின்னப் பெண்களிடமும் இதைச் சொல்லு.”

ஏதேனும் சேட்டைக்காரக் குருவி தன்னைக் கொத்தித் தின்று விடுவதற்குள் சீக்கிரமாக அங்கிருந்து போக வாய்த்ததால் செவ்வண்டு மகிழ்ந்தது. அவர்கள் படுவேகமாக வீட்டுக்குப் பறந்தார்கள். அங்கே எல்லாப் பூக்களும் அவளை எதிர்பார்த்துக் காத்திருந்தன. அரசி என்றால் என்ன பொருள் என்பது பற்றி அவை எல்லா நேரங்களிலும் விவாதம் செய்துகொண்டிருந்தன.